હું જ તું

પરિવારની પરિભાષા

હિતેશ પટેલ

તમામ પરિવારજનોને...

સામગ્રી

સ્વીકૃતિઓ

"હું જ તું: પરિવારની પરિભાષા" પુસ્તકના સંપુર્ણ થવા સુધી જે પ્રત્યેક વ્યક્તિએ મને સહયોગ અને પ્રોત્સાહન આપ્યું છે, તે તમામનો હું હદયપૂર્વક આભાર વ્યક્ત કરું છું.

વિશેષ કરીને મારા પ્રકાશક, સંપાદકો અને દરેક સહયોગીઓને હું કૃતજ્ઞતાભાવથી યાદ કરું છું, જેમણે આ પુસ્તકને સાકાર કરવા માટે અવિરત પરિશ્રમ કર્યો. તેમનું નિષ્ઠાપૂર્ણ માર્ગદર્શન, વાક્યની ભવ્યતા વધારતો સંસ્કાર અને દરેક પાનાં પર જીવંતતા ઉમેરતો તેમનો પ્રભાવશાળી સમાવેશ એ પુસ્તકની નોંધપાત્ર વિશેષતાઓમાં સામેલ છે.

તેમજ, મારા પરિવાર અને મિત્રવર્ગનું પણ હું દિલથી આભાર માનું છું, જેમણે મારા લેખનપ્રયાસ માટે સતત ઉત્સાહ અને પ્રેરણા પૂરી પાડી. તેમની સાથેના સંવાદોએ, તેમના અમૂલ્ય સૂચનો અને સમર્થનોએ, મારા વિચારોને વધુ ધનિષ્ઠ અને સ્પષ્ટતા પ્રાપ્ત કરાવી.

અંતે, પરમકૃપાળુ ભગવાન પ્રત્યે મારા અંતર્મનમાંથી કૃતજ્ઞતા વ્યક્ત કરું છું, જેમણે મને આ પુસ્તક લખવા માટેની શક્તિ, ધૈર્ય અને નિર્માણાત્મકતા પ્રદાન કરી. એમના આશીર્વાદ વિના આ યાત્રા પૂરી થવી શક્ય નહોતી.

હિતેશ પટેલ, લેખક

પ્રસ્તાવના.

"હું જ તું : પરિવારની પરિભાષા" પુસ્તકમાં લેખક કુટુંબજીવનના મર્મમાં ઊતરીને કુટુંબને પ્રેમ, જવાબદારી અને સાંસ્કૃતિક મૂલ્યો સાથે જોડાયેલા એક તાંતણા તરીકે રજૂ કરે છે.

લેખક શરૂઆત દીકરીની ભૂમિકાથી કરે છે, જ્યાં દીકરીને 'થાપણ' તરીકે ઓળખાવવામાં આવે છે. જે ઘરમાં દીકરી જન્મે છે, ત્યાં તે બધા માટે લાડકવાયી હોય છે, અને જ્યાં તે લગ્ન કરીને જાય છે, ત્યાં એક નવો પરિવાર અને સંસ્કૃતિ અપનાવે છે. દીકરીની આ બેવડી ભૂમિકા – પેઢી દર પેઢી કુટુંબના બંધનો અને મૂલ્યો જાળવવાનું કાર્ય – કેવળ એક જવાબદારી નહીં, પણ એક સાક્ષાત કાર્યસાધના છે.

લેખક પિતાને કુટુંબના 'આધારસ્તંભ' તરીકે નિરૂપિત કરે છે. પિતા માત્ર આર્થિક સ્થિરતા જ પ્રદાન કરતા નથી, પણ કુટુંબને ભાવનાત્મક માર્ગદર્શન, શિસ્ત અને મૂલ્યપ્રદાનની પ્રક્રિયામાં અગત્યનું યોગદાન આપે છે. તેઓ બાળકોને જીવનના પડકારો સામે ઝઝૂમવાનું શીખવે છે, અને એમને લડવા માટેના જીવનમૂલ્યો પ્રતિસ્થાપિત કરે છે.

માતાને 'મા' તરીકે લેખક કુટુંબનું હૃદય ગણાવે છે, જેનો પ્રેમ અને સંભાળ ઘરના દરેકને એકમેકથી જોડે છે. આ પુસ્તકમાં માતાની ભૂમિકા માત્ર પરંપરાગત મર્યાદાઓમાં સીમિત નથી, પણ તે પોતાના બાળકો માટે શિક્ષક, પોષણકર્તા અને નૈતિક માર્ગદર્શક તરીકે પણ અભિવ્યક્ત થાય છે.

દીકરાને લેખકે 'ભવિષ્યની દીવાદાંડી' તરીકે ઓળખાવ્યો છે. તે કુટુંબની સંસ્કૃતિ અને આધુનિક જીવનશૈલી વચ્ચે એક સંતુલન સાધે છે. સમકાલીન સમાજમાં દીકરાની ભૂમિકા માત્ર જવાબદારી પૂરી કરવાની નથી, પણ તે પરિવારમાં વિકાસ અને પરિવર્તન લાવવા માટે મહત્વની કડી તરીકે કાર્ય કરે છે.

લેખક પતિ-પત્ની વચ્ચેના સંબંધને 'પવિત્ર સંબંધ' તરીકે દર્શાવે છે. કુટુંબના સુમેળભર્યા સંબંધોની જાળવણીમાં આ જોડાણ કેન્દ્રસ્થાન ધરાવે છે. આ સંબંધ સતત પોષણ માગે છે અને સંવાદ, સમજણ અને પરસ્પર સન્માન દ્વારા જળવાય છે.

પરિવાર, કુટુંબ તથા સમાજમાં દાદા-દાદી 'સંસ્કારનાં સિંચક' તરીકેની ભૂમિકા ભજવતાં હોય છે. સંસ્કૃતિ અને પરંપરાના તેઓ રક્ષક ગણાય છે. પોતાનાથી નાનાઓને તેઓ જ્ઞાન અને મૂલ્યોનું સતત પ્રદાન કરે છે. તેમની

હાજરી કુટુંબને ઓળખ આપે છે. બે પેઢીઓનાં જોડાણ માટે દાદા-દાદીની ભૂમિકાને લેખકે મહત્ત્વપૂર્ણ લેખી છે.

આ પુસ્તકમાં કુટુંબને એક જીવંત અને વિસ્તરતી શાખાઓવાળું વૃક્ષ ગણાવવામાં આવ્યું છે. કુટુંબની સંસ્થા માત્ર વ્યક્તિગત વૃદ્ધિ જ નહીં, પણ સામૂહિક શક્તિનું પણ પ્રતિબિંબ છે. જીવનમાં પડકારોનો સામનો કરવા માટે આધ્યાત્મિક શક્તિ ('મનોબળ') અને હિંમત ('ધૈર્ય') કેટલી મહત્વની છે, તે લેખકે વિશદ રીતે રેખાંકિત કર્યું છે.

"હું જ તું: પરિવારની પરિભાષા" એક એવું દૃષ્ટિકોણ રજૂ કરે છે, જેમાં જીવનની સાચી સફળતા અને સંતોષ વ્યક્તિગત સંસ્કારો ('સંસ્કાર') અને કાર્યો ('કર્મનો સિદ્ધાંત') પર આધાર રાખે છે. આ પુસ્તક દર્શાવે છે કે કુટુંબ એક એવી સુવ્યવસ્થિત સંસ્થા છે, જ્યાં દરેક સભ્યની ભૂમિકા અન્ય સભ્યો સાથે આંતરસંબંધિત છે.

આ પુસ્તક વાંચનારને સમજાય કે કુટુંબ એકમાત્ર સંસ્થાનથી પરિચિત થતો સંબંધ નથી, પરંતુ તે એક મજબૂત આધાર છે, જે વ્યક્તિગત અને સામૂહિક વિકાસ માટે અનિવાર્ય છે. લેખક પરિવારને એક સંકલિત નેટવર્ક તરીકે મજબૂત કરવા પ્રેરણા આપે છે, જ્યાં દરેક સભ્યનું સ્થાન અનન્ય અને અગત્યનું છે.

1
થાપણ (દીકરી)

"દીકરી ફક્ત કુટુંબનો દીવો નથી, તે સમાજ માટે પણ એક પ્રકાશપંથ છે, જે ઉન્નતિ અને સમાનતાનો માર્ગ દર્શાવે છે.

દીકરી ફક્ત માળસાંભાળની પ્રતિમૂર્તિ નથી, તે પરિસ્થિતિઓને સમજી, પરિવર્તન લાવનાર શક્તિ છે.

દીકરી ફક્ત મમતા અને કરુણાનું મણિકાંચન નથી, તે સંકલ્પ અને આત્મવિશ્વાસનો જીવંત ઉદાહરણ છે.

દીકરી ફક્ત પ્રેમ અને સમર્પણની મૂર્તિ નથી, તે સંસ્કૃતિ અને સંસ્કારનો એક અજવાળો દિપ છે.

દીકરી ફક્ત પરિવાર માટે આશીર્વાદ નથી, તે સમાજ માટે એક નવી દિશા દર્શાવતો સૂર્યોદય છે.

"દીકરી માત્ર સંસ્કૃતિનો વારસદાર નથી, તે સંસ્કૃતિ ઘડનાર છે!"

જેણે નાનપણથી જ એક આદર્શ પુત્રી તરીકે પોતાના ઘરની નાની-નાની જવાબદારીઓ માથે લેવા માંડી હોય તે પુત્રી વિશે કહેવાનું જ શું હોય ! તે માત્ર કુટુંબની સ્નેહસભર એક અંગ નથી, પણ એક એવી શક્તિ છે જે પરિવારના બંધનને વધુ મજબૂત બનાવે છે. બાળપણથી જ કુટુંબ માટે જે સમર્પણ ભાવ ધરાવે, જે નાના કામોમાં પણ પોતાની ભાગીદારી દર્શાવે, તે દીકરીના મહત્ત્વને શબ્દોમાં વ્યક્ત કરવું મુશ્કેલ છે.

મા-બાપ દ્વારા અપાયેલ સંસ્કાર અને શિક્ષણ દીકરીને એક મજબૂત અને પ્રભાવશાળી વ્યક્તિ બનાવે છે. આ સંસ્કાર અને જીવનમૂલ્યો તેને માત્ર એક ઉત્તમ પુત્રી જ નહીં, પણ એક શ્રેષ્ઠ મા, સંવેદનશીલ બહેન, અને એક જવાબદાર નાગરિક બનાવે છે. જે દીકરી બાળપણથી જ નાની-નાની બાબતોમાં સંવેદનશીલતા અને સમજદારી દાખવે છે, તે મોટી થઇને જીવનના દરેક ક્ષેત્રમાં એક આગવી ઊંચાઈ હાંસલ કરે છે.

દીકરી માત્ર એક કુટુંબની લાડકી નથી, પરંતુ એક સામાજિક અને સાંસ્કૃતિક પરિવર્તન લાવનારી શક્તિ છે. તે એક નવી પેઢીને ઘડવા માટે, એક નવી દિશા બતાવવા માટે અને એક નવી ઉન્નતિ તરફ સમાજને આગળ ધપાવવા માટે કાર્યરત છે.

"દીકરી ફક્ત કુટુંબની આભૂષણ નથી, તે સમાજ માટે પણ એક દિવટ છે, જે પ્રકાશ ફેલાવવાનો અને નવો માર્ગ દર્શાવવાનો અનંત દાવ ધરાવે છે."

દીકરીની તેના જન્મના કુટુંબમાં ભૂમિકા

નાની ઉંમરથી જ દીકરીને તેના કુટુંબનું હૃદય માનવામાં આવે છે. તે તેના હાસ્ય અને પ્રેમાળ સ્વભાવથી ઘરમાં આનંદ અને ઉષ્માનું વાતાવરણ ઊભું કરે છે. માતા-પિતા માટે દીકરી આશીર્વાદ સમાન હોય છે અને ભાઈ-બહેન માટે તે ભાવનાત્મક આધાર બનતી હોય છે. જેમ જેમ તે મોટી થતી જાય છે તેમ તેમ તે પોતે, જાતે જ પોતાના અભ્યાસ અને ઘરની જવાબદારીઓ વચ્ચે સંતુલન સાધતી થઈ જાય છે. આ સંતુલન સાધવાની પ્રક્રિયા તેનામાં જીવનકૌશલ્યોનું રોપણ કરે છે જેનાં ફળ જીવનભર તેની સાથે રહે છે. દીકરી સાથે જોડાયેલા સૌને તેની સેવા આજીવન મળતી રહે છે.

આજના સમયે દીકરીના ઉછેરમાં શિક્ષણ પર ભાર મૂકવામાં આવે છે, જાણે શિક્ષણ એટલે ખૂણાનો પથ્થર ! પરિવાર દીકરીના શિક્ષણમાં એટલા માટે રોકાણ કરે છે કે દીકરી સ્વતંત્ર બની શકે અને આત્મવિશ્વાસ કેળવી શકે. એક શિક્ષિત દીકરી માત્ર વ્યક્તિગત સફળતા જ નથી હાંસલ કરતી, બલકે પોતાના પરિવારને પણ ઊંચે લાવવામાં મહત્ત્વનો ભાગ ભજવે છે. કુટુંબમાં નાણાકીય યોગદાન આપે છે. પરિવારની સાથે ચર્ચા કરે છે અને નવો દૃષ્ટિકોણ પણ

પ્રસ્તુત કરે છે. તેની સિદ્ધિઓ માતા-પિતાને ગૌરવ પ્રદાન કરે છે. પોતાનાં સ્વપ્નોની પૂર્તિ માતાપિતા પોતાની દીકરીની સિદ્ધિઓમાં થતી જૂએ છે.

પરિવારના સભ્યો વચ્ચે સુમેળ જાળવવામાં પણ દીકરી મહત્ત્વપૂર્ણ ભૂમિકા ભજવે છે. પરિવારમાં જ્યારે વિવાદો ઊભા થાય છે ત્યારે દીકરી મધ્યસ્થી તરીકેની ફરજ બજાવે છે. સહાનુભૂતિ અને વાણીકૌશલ્યનો ઉપયોગ કરીને તે પેઢીઓ વચ્ચેનું અંતર દૂર કરી શકે છે. તેનામાં ક્ષમતા હોય છે સૌનાં જૂદાં-જૂદાં દૃષ્ટિકોણોને સાંભળવાની-સમજવાની. તેની આ ક્ષમતા જ તેને પરિવારની અનમોલ સભ્ય બનાવે છે.

લગ્ન પછી દીકરીનો નવાં જીવનસફર તરફ પ્રવેશ: નવી ભૂમિકા, નવી જવાબદારીઓ

લગ્ન પછી, દીકરીના જીવનમાં એક નવો અધ્યાય શરૂ થાય છે. તે માત્ર એક નવો કુટુંબ અપનાવતી નથી, પણ પોતાનું સંસ્કાર, પ્રેમ અને ભાવનાઓનું નવું ક્ષેત્ર પણ વિકસાવે છે. એક તરફ તે નવો સંસાર બનાવે છે, અને બીજી તરફ પોતાના જન્મકુટુંબ પ્રત્યેનો સ્નેહભાવ પણ સમાન રીતે જાળવી રાખે છે. આ પરિવર્તન ઘણીવાર પડકારરૂપ બની શકે, કારણ કે તે એક નવો માળખો, નવા નાતાં અને નવી પરિસ્થિતિઓને સ્વીકારવા માટે તૈયાર થતી હોય છે.

જ્યાં એક બાજુ દીકરીએ સાસરિયામાં નવા સંબંધો સાથે આત્મિયતા સાધવી હોય છે, ત્યાં બીજી બાજુ તેના મનમાં પિતૃકુટુંબ માટેની લાગણીઓ યથાવત રહે છે. તે બંને પરિવારોની વચ્ચે એક સુમેળ જાળવી રાખવા માટે સતત પ્રયાસ કરે છે. કોઈક દીકરીઓ માટે આ પરિવર્તન સરળ હોઈ શકે છે, જ્યારે કેટલીક માટે એ એક લાગણીસભર અને જટિલ પ્રક્રિયા બની રહે છે. તેમ છતાં, જે દીકરી આ પરિવર્તનને એક અવસર તરીકે જુએ છે, તે વધુ આત્મવિશ્વાસ અને સમજદારી સાથે સાસરિયામાં પોતાનું સ્થાન બનાવે છે.

વહુ તરીકે દીકરીની નવી ભૂમિકા: તત્કાલીન સમાજમાં એક પરિવર્તન

આધુનિક પરિવારમાં વહુ તરીકે દીકરીની ભૂમિકા અત્યારના સમયગાળામાં નોંધપાત્ર રીતે બદલાઈ છે. હવે તે માત્ર પરંપરાગત જવાબદારીઓ પૂરતી મર્યાદિત નથી, પણ હવે તે પરિવારના મહત્ત્વના નિર્ણયો લે છે, જીવનસાથી સાથે સંવાદ અને સમજૂતી દ્વારા પરિવારમાં યોગદાન આપે છે, અને પોતાના અભિપ્રાય ખુલીને વ્યક્ત કરે છે.

તેણે હવે આર્થિક અને સામાજિક સમાનતાને પણ મહત્ત્વ આપવાનું શીખી લીધું છે. આજે દીકરી ન માત્ર ઘર અને પરિવાર સંભાળે છે, પણ વ્યાવસાયિક ક્ષેત્રે પણ પોતાનું સ્થાન બનાવી રહી છે. તે વ્યવસાય અને કુટુંબ વચ્ચેનું સમતુલન સાધતી, બંને ક્ષેત્રમાં સમાન રીતે પ્રભાવશાળી બની રહી છે.

વિચારણાસભર સમાજમાં વહુનો દ્રષ્ટિકોણ અને પરિવર્તન

સમય બદલાતા, વહુ માત્ર એક પાંખછટાયેલી વ્યક્તિ તરીકે રહેતી નથી, પણ હવે તે સ્વતંત્ર અને સશક્ત બની રહી છે. તે હવે ન માત્ર પરિવારના એક ભાગ તરીકે, પરંતુ એક ઉદ્દીપક અને પ્રેરણાદાયી સ્ત્રી તરીકે પોતાની ઓળખ બનાવે છે.

આજની વહુ કેટલાય રોલ એકસાથે ભજવે છે – પત્ની, મા, વ્યાવસાયિક, નીતિનિર્માતા અને માનસિક ટેકો આપનારી વ્યક્તિ.

આ સંસ્કૃતિ પરિવર્તન માત્ર વ્યક્તિગત નહીં, પણ સમગ્ર સમાજ માટે એક ઉદાહરણરૂપ છે. હવે દીકરી માત્ર પોતાનું જ નહીં, પણ પોતાના પરિવારનું, સમાજનું અને દેશનું ભવિષ્ય પણ સાજું કરી રહી છે.

બે પરિવારો વચ્ચે બંધન બાંધતી દીકરી

દીકરી તેના જન્મના કુટુંબ અને સાસરિયાના કુટુંબ વચ્ચે એક સેતુ બનીને સેવા આપે છે. આ બંને પરિવારો વચ્ચે જોડાણ સ્થાપિત કરી તેમની વચ્ચેના સંબંધોને મજબૂત બનાવે છે અને તે મજબૂતીની રક્ષા પણ આ દીકરી જ કરે છે. તે એવા મેળાવડા યોજે છે જેમાં બંને પરિવારના સભ્યો ભેગા થાય. એવું વાતાવરણ સર્જે છે જ્યાં એકમેકની પરંપરાઓનું આદાન-પ્રદાન થાય અને નવી પરંપરાઓનું નિર્માણ થાય. આવા મેળાવડાને લીધે બંને પરિવારો એકબીજાના રીત-રિવાજોથી પરિચિત થાય છે, પરિણામે ઉપસ્થિત તમામ લોકો માટે આવા મેળાવડા એક સાંસ્કૃતિક અનુભવ બની રહેતા હોય છે.

મા તરીકેની દીકરીની ભૂમિકા તેનાં બંધનોને વધુ મજબૂત બનાવે છે. એ બાળકોને એવી રીતે ઉછેરે છે કે બાળકો બંને કુટુંબોની પ્રશંસા પામી શકે. દીકરી પ્રયત્ન કરે છે કે બંને પરિવારનાં મૂલ્યો બાળકોમાં દ્રઢ થાય અને પેઢી દર પેઢી તે મૂલ્યોનું સંવર્ધન થાય. તે ઇચ્છે છે કે તેનાં બાળકો તેણે કરેલા સંઘર્ષના ફળસ્વરૂપ પ્રેમ અને સન્માનના વારસાને આગળ લઈ જાય.

દીકરીની યાત્રા: પડકારો અને સંઘર્ષ વચ્ચેનો સમતોલ રસ્તો

દીકરી તરીકેની યાત્રા ક્યારેય સરળ નથી. એક નાનકડી ફૂલદીપકથી માંડીને એક સશક્ત સ્ત્રી બનવાની સફર માં અનેક પડકારો અને સંઘર્ષો ઊભા થાય છે.

લગ્ન પછી, દૂધની જેમ બે ઘરોમાં વહેવા માટે તેણીને સતત પોતાનું વ્યક્તિત્વ, ભાવનાઓ અને જવાબદારીઓ વચ્ચે સંતુલન સાધવું પડે છે. એક તરફ તેના પિતૃકુટુંબની સાથે રહેલી વર્ષોથી ઉંડે રહેલી લાગણીઓ હોય છે, અને બીજી તરફ નવાં સંબંધો સાથે નવા તાંતણા ગૂંથવાની ફરજ. આ બંને વચ્ચે તે તટસ્થતાથી પોતાનું સ્થાન બનાવે, એ જ તેના જીવનની સૌથી મોટી જટિલતા

છે. નવું કુટુંબ, નવી પરિસ્થિતિઓ, નવા સંબંધો અને સાથે જોડાયેલી નવી જ જવાબદારીઓ—આ બધું જ એકસાથે સંભાળવું હંમેશા સહેલું નથી હોતું. જોકે, જે દીકરી આ પરિવર્તનને એક અવસર તરીકે જુએ છે, તે વધુ મજબૂત અને આત્મવિશ્વાસથી ભરપૂર બની શકે છે.

એક નવા પરિવાર સાથે એણે પોતાનું સ્થાન બનાવવા માટે, પોતાના સંસ્કાર અને ઉછેરના મૂલ્યો દ્વારા નવો પાયો નાખવો પડે છે. સાસરિયામાં તે એક નવી વહુ તરીકે પ્રવેશ કરે છે, પણ તે હવે માત્ર એક પરંપરાગત ઘરના કિલ્લામાં બંધાયેલી સ્ત્રી નથી. આજે, દીકરી પોતાના જીવનસાથી સાથે સંવાદ સ્થાપિત કરી, પરિવારમાં પોતાનું યોગદાન આપે છે. તે માત્ર એક સહનશીલ વહુ તરીકે જ નહિ, પણ એક માનસિક અને વ્યવહારિક રીતે સશક્ત સ્ત્રી તરીકે પોતાનું સ્થાન બનાવે છે.

આધુનિક પરિવારમાં વહુ તરીકે દીકરીની ભૂમિકા સતત વિકસતી રહી છે. હવે તે ફક્ત ઘરના કાર્યોમાં સીમિત નથી, પરંતુ જીવનસાથી સાથે પરિવારના નિર્ણયો લેતી એક મહત્ત્વપૂર્ણ સહભાગી બની રહી છે. તે પોતાના અભિપ્રાયને મજબૂતીથી રજૂ કરે છે, નવો દૃષ્ટિકોણ લાવે છે અને પોતાને એક માન્ય વ્યક્તિ તરીકે સ્થાપિત કરે છે. આજે દીકરી માત્ર એક પારિવારિક સભ્ય નથી, પરંતુ એક વ્યાવસાયિક, એક સમાજસુધારક અને એક નવી પેઢી માટે ઉદાહરણરૂપ સ્ત્રી બની રહી છે.

દીકરીની યાત્રામાં પડકારો સતત આવતા રહે છે. તે પોતાના જન્મકુટુંબ અને સાસરિયા વચ્ચે સમતુલન સાધે છે, બંને પરિવારની અપેક્ષાઓને સમજે છે, અને બંને સાથે પ્રેમ અને સહકારથી સંબંધ જાળવી રાખે છે. તે ક્યારેક દબાણ અનુભવે છે, પણ તે દબાણમાં દબાય નહિ. તે પડકારોને એક શાંતિપૂર્ણ તટસ્થતાથી પહોંચી વળે છે. આ તટસ્થતા તેની અંદર એક 'ગ્રેસ' પેદા કરે છે. જીવનમાં વિવાદો અને અવરોધો સામે તે યોગ્ય રીતથી સંવાદ સાધે છે, પરિસ્થિતિઓને સમજવા અને ઉકેલવા માટે એક મજબૂત સ્ત્રી તરીકે આગળ આવે છે.

તેની ભાષા અને અભિવ્યક્તિ સ્પષ્ટ હોય છે, પણ એટલી જ સંવેદનશીલ પણ. તે એવા વલણ સાથે આગળ વધે છે કે જેમાં કોઈને ઠેસ ન પહોંચે, પણ એના વિચારો અને લાગણીઓ સ્પષ્ટપણે વ્યક્ત થાય. ક્યારેક આ સફર થોડી મુશ્કેલ બની શકે છે, કારણ કે બંને પરિવારોની અપેક્ષાઓ વચ્ચે એકમાત્ર દીકરી જ સંતુલન રાખી શકે છે. પણ જ્યારે દીકરીને બંને પરિવારો તરફથી માનસિક સમર્થન અને સમજણ મળે, ત્યારે તે ખુદને વધુ મજબૂત અને સ્થિર અનુભવે છે. જો માતા-પિતા તેને સહેજ આઝાદી આપે, અને સાસરિયું તેને ફક્ત એક વહુ તરીકે નહીં, પણ એક વ્યક્તિ તરીકે સ્વીકારી લે, તો તે બે પરિવારોને એક સુંદર

બંધનમાં બાંધવા માટે એક પુલ બની શકે છે.

આધુનિક સમાજમાં દીકરીની ભૂમિકા સતત ગતિશીલ અને સશક્ત વ્યક્તિત્વ ધરાવનારી છે. એવી દીકરી જે બંને પરિવારો તરફની પોતાની જવાબદારીને સુપેરે સંચાલિત કરે છે, તે પ્રેમ, શક્તિ અને બુદ્ધિમતાનું એક ઉત્તમ ઉદાહરણ બની રહે છે. તેની આ સંઘર્ષમય યાત્રા લિંગસમાનતા તરફ સમાજને નિર્દેશે છે તથા સામાજિક પરિવર્તનને સકારાત્મક બળ આપે છે. પારિવારિક માળખામાં સ્ત્રી-પુરુષ બંનેનાં સન્માનને તે પ્રતિબિંબિત કરે છે.

વળી, દીકરીનો આ પ્રભાવ ફક્ત તત્કાલીન સમાજનાં વર્તુળો સુધી જ મર્યાદિત નથી રહેતો, બલકે એક આદર્શ સ્થાપિત કરી બની સમુદાયનાં ધોરણોને પણ પ્રભાવિત કરે છે, જે દર્શાવે છે કે, કઈ રીતે પરંપરા આધુનિકતાની સાથે સુમેળ સાધી શકે છે. શિક્ષણ, સહાનુભૂતિ તથા સશક્તિકરણ દ્વારા દીકરી માત્ર પોતાની જ નહીં પરંતુ સમગ્ર સમાજની પ્રગતિમાં મહત્ત્વપૂર્ણ યોગદાન આપે છે.

દીકરીની આ યાત્રાની વાત એવી પ્રેરણા આપે છે-એવો સાક્ષાત્કાર બની રહે છે કે જાણે આજની દીકરીઓ પરિવાર, સમાજ અને દેશમાં પોતાની ભૂમિકાને નવી રીતે વ્યાખ્યાયિત કરી પ્રેમ અને એકતાનાં શાશ્વત મૂલ્યોનું સન્માન ન કરી રહી હોય !

"દીકરી માત્ર એક વ્યક્તિ નથી, તે એક સંસ્કૃતિ છે, જે પેઢી-દર-પેઢી પરિવારોને જોડતી રહે છે. એ પંખીની જેમ ઊંચી ઉડવા માટે સંઘર્ષ કરે છે, પણ પોતાનું ઘર ક્યારેય ભૂલતી નથી. તે એક દીવો છે, જે પોતાના પ્રકાશથી બંને પરિવારોને શણગારતી રહે છે."

2
આધાર સ્તંભ (પિતા)

"પિતા ફક્ત પરિવારનો આધારસ્તંભ નથી, તે જીવનનું વટવૃક્ષ છે, જે સંતાનોના સપનાને છાંયો અને સંરક્ષણ આપે છે.

પિતા ફક્ત એક શિસ્તપાલક નથી, તે જીવનમાં સાચા અને ખોટાના ભેદ સમજાવતો માર્ગદર્શક છે.

પિતા ફક્ત આર્થિક સપોર્ટ આપનાર નથી, તે સંતાનોના ભાવનાત્મક સ્નેહ અને સુરક્ષાનો શીલ્પકાર છે.

પિતા ફક્ત ભવિષ્ય ઘડનાર નથી, તે જીવનના દરેક પડાવમાં સંભાળનાર અને ઉન્નતિ માટે પ્રેરણારૂપ છે.

પિતા ફક્ત એક સંબંધ નથી, તે ત્યાગ, સમર્પણ અને શિસ્તનું જીવંત પ્રતીક છે.

"પિતા માત્ર જીવનના સંધ્યાસમયે યાદ કરવાની વ્યક્તિ નથી, પિતા એ પ્રકાશ છે, જે અમર રહેશે!"

'પિતા' માત્ર એક સંબંધદર્શક શબ્દ નથી, પણ તે એક વિશાળ અર્થ ધરાવતો સંકલ્પ છે. તે એક એવી ભૂમિકા છે, જે દરેક વ્યક્તિના જીવનમાં એક મજબૂત આધાર સ્તંભની જેમ ઊભી રહે છે. પિતા માત્ર જન્મદાતા જ નથી, પરંતુ એક માર્ગદર્શક, રક્ષક અને એક એવો સહાયક છે જે પોતાના જીવનનો એક મોટો હિસ્સો બાળકોની ઉન્નતિ માટે સમર્પિત કરે છે. દરેક સમાજ અને સંસ્કૃતિમાં પિતાની ભૂમિકા જુદી-જુદી રીતે પ્રગટ થાય છે, પણ તેનો મૂળ તત્વ હંમેશા એક જ રહે છે—કુટુંબના વિકાસ અને બાળકના ઘડતર માટે પોતાનું સર્વસ્વ આપી દેવા માટે તત્પર વ્યક્તિ.

પિતા માત્ર પરિવારના આર્થિક આધાર જ નથી, પરંતુ તેઓ બાળકના માનસિક અને ભાવનાત્મક વિકાસમાં પણ મહત્ત્વની ભૂમિકા ભજવે છે. તેમની હાજરી એક બાળકના જીવનમાં સુખ-સંતુલન અને સુરક્ષાની ભાવના ઊભી કરે છે. એક પિતા માત્ર પૈસાથી કુટુંબનું પોષણ કરતો નથી, પરંતુ તેના સમય, પ્રેમ અને અનુભવો દ્વારા બાળકોના જીવન પર દીર્ઘકાલિક પ્રભાવ પાડે છે. બાળકના ઘડતરમાં પિતા અને માતા બન્નેનો સમાન હિસ્સો હોય છે, પણ પિતા ખાસ કરીને શિસ્ત, આદર અને મજબૂત ઇચ્છાશક્તિના પ્રેરક બનતા હોય છે.

પિતાની પ્રેરક ભૂમિકા: એક દીવાદાંડી જે રસ્તો બતાવે છે

પિતા આપણા જીવનમાં ફક્ત એક સંભાળનાર જ નહીં, પણ એક સારો માર્ગદર્શક પણ હોય છે. તેઓ આપણે સાચા માર્ગે ચાલવાની પ્રેરણા આપે છે, યોગ્ય અને અયોગ્ય વચ્ચેનો ભેદ સમજાવે છે, અને જીવનના નાની-મોટી સિદ્ધિઓ માટે આપણને હંમેશ પ્રોત્સાહિત કરે છે. પિતા પોતાના જીવનના અનુભવો દ્વારા આપણને શીખવે છે કે કેવી રીતે પડકારોનો સામનો કરવો, કેવી રીતે સફળતા માટે મહેનત કરવી, અને કઈ રીતે સંજોગોને સમજીને નક્કર નિર્ણય લેવા.

તેઓ જીવનમાં શિસ્તનું મહત્વ સમજાવે છે. જીવનમાં સૌથી અગત્યની બાબત છે પોતાનું ઘડતર, અને તે ઘડતર પિતા બાળકોને સંસ્કાર, શિસ્ત અને સચોટ માર્ગદર્શન દ્વારા આપે છે. બાળક પોતાની ઉંમર સાથે ગમે તેટલી સફળતા મેળવતો જાય, પણ પિતાના માર્ગદર્શન વિના તે કદી એક પરિપક્વ વ્યક્તિ બની શકતું નથી. પિતા એવા સ્તંભ સમાન છે, જે મુશ્કેલ પરિસ્થિતિઓમાં પણ અડીખમ ઊભા રહીને પરિવાર માટે શલ્યહારક બની રહે છે.

પિતા: રક્ષક, પ્રદાતા અને શિસ્તપાલક

એક પિતા માત્ર ભવિષ્ય માટે ઉચિત માર્ગ બનાવનાર વ્યક્તિ નથી, તે રક્ષક, પ્રદાતા અને શિસ્તપાલક તરીકે એક સમાન રૂપે પારિવારિક ઘડતરમાં ભાગ ભજવે છે.

તે રક્ષક તરીકે, બાળકના સ્વપ્નોને સહારો આપે છે, તેને ભવિષ્યની પરિસ્થિતિઓ માટે તૈયાર કરે છે અને તેની ભાવનાત્મક સુરક્ષાને સુનિશ્ચિત કરે છે. પિતા પ્રેમનો એ રૂપ છે, જે ભલે ઓછું વ્યક્ત થાય, પણ તેની ઊંડાઈ અનમોલ હોય છે.

તેમજ, એક પ્રદાતા તરીકે, પિતા માત્ર ભૌતિક સુખસાધનો પૂરું પાડતા નથી, પણ સંસ્કાર અને જીવનકૌશલ્યોનો વારસો પણ આપે છે. એક બાળકના શૈક્ષણિક અને વ્યાવસાયિક વિકાસ માટે પિતા જે પ્રેરણા આપે છે, તે તેનું ભવિષ્ય ઉજ્જવળ બનાવે છે.

શિસ્તપાલક તરીકે, પિતા શિસ્ત અને ધૈર્યની ભાવનાઓ વિકસાવે છે. એક સશક્ત વ્યક્તિ તરીકે ઊભા રહેવા માટે જે જીવનમૂલ્યો જરૂરી છે, તેનો પાયો પિતા દ્વારા નાખવામાં આવે છે. પિતા બાળકના જીવનમાં એક મજબૂત મોરચો ધરાવતો સ્તંભ છે, જે બાળકને ધ્યેય અને જીવનની સત્યતાની સમજ આપીને ભવિષ્ય માટે તૈયાર કરે છે.

પિતા માટે આપણું કર્તવ્ય: સમર્થન અને સંવેદના

પિતાએ આપણું ઘડતર કર્યું છે, તો શું આપણી પણ તેમની પ્રત્યે કેટલીક ફરજો નથી? પિતાના કર્તૃત્વ સામે આપણે પણ જવાબદાર છીએ. તેમનાથી મળેલી શીખને વાસ્તવિક જીવનમાં અમલમાં મૂકવી એ આપણા માટે એક મોટી ફરજ છે. પિતા જે ત્યાગ કરે છે, જે આદર અને પ્રેમ આપે છે, તેનો ફક્ત સ્વીકાર કરવાનો નથી, પણ તેને પરત પણ આપવાનો છે.

જ્યારે પિતા વૃદ્ધ થાય છે, ત્યારે તેમની શારીરિક અને માનસિક શક્તિ ઘટી જાય છે. આવા સમયે, અપણે પિતા માટે જે કરી શકીએ એ કરવું એ આપણું નૈતિક કર્તવ્ય છે. તેમને ફક્ત ભૌતિક સપોર્ટ પૂરતો જ નહીં, પણ લાગણીઓથી પણ બાંધવો જોઈએ. જીવનભર તેમણે આપણી રાહ જોઈ છે, હવે તે સમયે આપણે તેમનું કાળજીપૂર્વક ધ્યાન રાખવું જોઈએ.

પિતા ક્યારેક પોતાનું દુઃખ વ્યક્ત નથી કરતા, પણ તેનું અર્થ એ નથી કે તેમને દુઃખ થતું નથી. તેમની લાગણીઓ પ્રત્યે સંવેદનશીલ થવું એ અમારું બીજું મહત્ત્વનું કર્તવ્ય છે. પિતાને પણ પ્રેમ, સહાનુભૂતિ અને સમજણની જરૂર હોય છે. તેમનું ઊંડરથી આદર કરવો, તેમની સાથે સંવાદ રાખવો અને તેમની સાથેના સંબંધને મજબૂત બનાવવો એ એકસાથે જીવન જીવવાની સાચી રીત છે.

સંવાદ: પિતા અને સંતાન વચ્ચેની ગાઢ કડી

સંપર્ક એ દરેક સંબંધની જડ છે. પિતા અને સંતાન વચ્ચેનો સંબંધ મજબૂત રહે, તે માટે સંવાદ અત્યંત અગત્યનો છે. પિતા સાથે ખુલીને વાત કરવી, તેમના વિચારોને સમજીને ચર્ચા કરવી, તેમની લાગણીઓને માન આપવી એ સંબંધને

ગાઢ બનાવે છે.

બાળક મોટું થાય ત્યારે પિતાને પણ સંતાન તરફથી સહકાર અને સમજણની અપેક્ષા રહે છે. જીવનમાં માતા જેટલી જ પિતા પણ લાગણીસભર હોવા છતાં, ઘણીવાર તેમના ભાવનાઓ તેમના વ્યક્તિત્વ પાછળ છુપાઈ જાય છે. તેથી, પિતાની લાગણીઓ સમજવી, તેમના સાથે ચર્ચા કરવી અને તેમની સાથે ગાઢ જોડાણ કેળવવું એ એક સંતાન માટે અનિવાર્ય છે.

પિતા - એક નાયક જે હંમેશા છાંયો આપે છે

પિતા એ માત્ર એક વ્યક્તિ નથી, તે એક શક્તિસ્વરૂપ છે, એક પ્રેમપૂર્ણ એન્જિન છે, જે ઘરના દરેક સભ્ય માટે જીવનસંચાલક છે. પિતાનો ત્યાગ કદાચ હંમેશા નજરે ન આવે, પણ તેમના દ્વારા આપવામાં આવતી શિસ્ત, પ્રેમ અને રક્ષણ અણમોલ છે.

તેમના જીવનમાંથી ઉદાહરણ લઈને આપણે વધુ સક્ષમ અને મજબૂત બની શકીએ. પિતાને સમજવા, તેમનું આદર કરવા અને તેમનું સુખ સુનિશ્ચિત કરવું એ આપણા માટે ફક્ત નૈતિક ફરજ નથી, પણ તે એક માનવીય કર્તવ્ય છે.

જેમ એક વૃક્ષની છાંયો તાપમાં રાહત આપે છે, તેમ પિતાની હાજરી જીવનના દરેક પડાવમાં એક આશરો સમાન છે. તો આવો, પિતાને મળીને કૃતજ્ઞતા વ્યક્ત કરીએ, તેમનો આદર કરીએ અને તેમના ત્યાગને યથાર્થ રીતે સમજીને, તેમના પ્રત્યે અમારી જવાબદારીઓ સંપૂર્ણપણે નિભાવીએ.

3

મા

"માતા ફક્ત જન્મદાતી નથી, તે જીવનના દરેક શ્વાસમાં વસતી શ્રદ્ધા છે.
માતા ફક્ત પ્રેમ અને કરુણાની મૂર્તિ નથી, તે ત્યાગ અને ધૈર્યનું અક્ષય ભંડાર છે.
માતા ફક્ત કુટુંબનું હૃદય નથી, તે સમગ્ર પરિવારને એકસાથે બાંધનારી અનંત શક્તિ છે.
માતા ફક્ત સંતાનો માટે જ્ઞાન અને સંસ્કારનો અવિસ્મરણીય સ્રોત નથી, તે જીવનને સાચા માર્ગે દોરી જતી પ્રકાશમય દીવાદાંડી છે.
માતા ફક્ત આશરો નથી, તે શ્રદ્ધા, સમર્પણ અને સંવેદનાનો મહાસાગર છે.
"માતા એ ફક્ત એક નામ નથી, તે પ્રેમ, ત્યાગ અને અસીમ આશીર્વાદનું એક અનમોલ પ્રતિક છે."

માતા: કુટુંબની આત્મા અને અસીમ પ્રેમનું પ્રતિબિંબ

વેદમંત્રોમાં માતા, પિતા, ગુરુ અને અતિથિને દેવ ગણવામાં આવ્યાં છે, અને તેમાંથી પ્રથમ સ્થાન માતાને આપવામાં આવ્યું છે. આ પ્રાચીન માન્યતા માત્ર ધાર્મિક કટ્ટરતા નથી, પરંતુ માતાના અણમોલ ત્યાગ અને નિષ્કપટ પ્રેમ માટેની એક સન્માનજનક સ્વીકાર્યતા છે. "માતૃદેવો ભવ" એ માત્ર એક સૂત્ર નથી, તે જીવનનું મૂલ્ય છે. આ સંસારમાં અનેક સંબંધો છે, પણ માતાની સાથેની નાતી કોઈ બીજા સંબંધથી સરખાવી શકાય તેમ નથી. માતા એ માત્ર એક વ્યક્તિ નથી, તે એક સંસ્થાન છે, એક ઉર્જાકેન્દ્ર છે, જે પોતાના પરિવાર માટે અનંત પ્રેરણા અને આધારરૂપ છે.

આધુનિક યુગમાં માતાની ભૂમિકા માત્ર ઘરના કામકાજ પૂરતી મર્યાદિત રહી નથી. આજે માતા કુટુંબના આધારસ્તંભ તરીકે કાર્ય કરે છે, એક એવું શક્તિસ્વરૂપ જે પોતાની સંવેદનશીલતા, સહાનુભૂતિ અને સમજણ દ્વારા પરિવારના દરેક સભ્યને એકસાથે જાળવી રાખે છે. માતા ફક્ત એક સ્ત્રી નથી, તે એક શિક્ષિકા છે, એક મિત્ર છે, એક માર્ગદર્શક છે. કુટુંબના હૃદયરૂપે તે તમામ સભ્યો માટે એક અનિવાર્ય અસ્તિત્વ ધરાવે છે. તેના વગર ઘરના દરેક સભ્યનું જીવન અધૂરું લાગે છે. તે પરિવાર માટે માત્ર પ્રેમનું કેન્દ્ર જ નહીં, પણ જીવન જીવવાની કળા શીખવતી એક શક્તિનો સ્તંભ છે.

માતાનો નિષ્કપટ પ્રેમ અને અનન્ય ત્યાગ

માતાનો પ્રેમ નિષ્કપટ અને નિર્વિવાદ હોય છે. માતા પોતાના બાળકોને અનંત પ્રેમ, લાગણી અને સંવેદનશીલ સંભાળ આપે છે. તે માત્ર તેમને ઉછેરે છે નહીં, પણ જીવનના દરેક પડકારો માટે તેમને તૈયાર પણ કરે છે. માતા પોતાના સમય અને ઊર્જા કુટુંબના કલ્યાણ માટે સમર્પિત કરે છે.

તે બાળકોના સ્વપ્નોને સાકાર કરવા માટે પ્રેરણા આપે છે, તેમને જીવનના દરેક ક્ષેત્રમાં આગળ વધવા માટે માર્ગદર્શન આપે છે. માતા કદી પોતાની ઈચ્છાઓનું ત્યાગ કરવા હિચકાતી નથી. ઘરના દરેક સભ્ય માટે શ્રેષ્ઠ આયોજન કરવાનું, તેમની દરેક જરૂરિયાતને સમજવાનું અને તેનો ઉકેલ લાવવાનું માતાની નૈસર્ગિક ક્ષમતા છે.

કુટુંબમાં શાંતિ અને સુખ જાળવી રાખવાનું માતાનું મહત્ત્વપૂર્ણ કાર્ય છે. તેની સમજદારી કુટુંબના એકતાને મજબૂત બનાવે છે. એક ઘરમાં ક્યારેક વિવાદો ઉદ્ભવે છે, જ્યારે સંજોગો તણાવભર્યા હોય છે, ત્યારે માતા એક સંપર્કસેતુ તરીકે ઊભી રહે છે. તે પોતાના સમજદારીપૂર્વકના નિર્ણયોથી કુટુંબને એકસાથે રાખે છે. તેની સૌમ્યતા, સખતાઈ અને શિસ્ત પરિવારને મજબૂત બનાવે છે.

આજની માતા દરેક ક્ષેત્રમાં નિપુણ છે

આધુનિક યુગમાં માતાઓ ઘરની બહાર પણ કામ કરી રહી છે, અને તે માત્ર એક કુટુંબ માટે જ નહીં, પરંતુ સમગ્ર સમાજ માટે ઉદાહરણરૂપ બની રહી છે. માતા હવે માત્ર એક ગૃહિણિ નથી, તે એક વ્યવસાયિક સ્ત્રી છે, એક સશક્ત નારી છે. તે પરિવારના આર્થિક બળ તરીકે પણ પોતાનું યોગદાન આપે છે. તે હવે ઘરના કામકાજ અને બાળકોની સંભાળ વચ્ચે એક નવો સમતુલન સાધે છે.

તે કાર્યસ્થળે કાર્યક્ષમ છે, ઘરમાં પ્રેમપૂર્ણ છે, અને સમાજમાં એક પ્રેરક કાર્યકર છે. માતાના આ અનન્ય સંયોજનને જોવામાં ઘણી વાર નજરઅંદાજ કરવામાં આવે છે, પણ વાસ્તવમાં તે એક સુપરહીરો છે.

કુટુંબ માટે માતાનું સન્માન: એક પવિત્ર ફરજ

માતાનું સન્માન એ માત્ર એક નૈતિક ફરજ નથી, તે કુટુંબની સાચી ઓળખ છે. માતા કુટુંબનો આધ્યાત્મિક અને લાગણીસભર આધાર છે. માતાનો પ્રેમ અને ત્યાગ કદી અવગણવા યોગ્ય નથી. ઘરના દરેક સભ્ય માટે માતાનું સન્માન કરવું અને તેની મહેનતની કદર કરવી એક ફરજ છે.

માતાના સમય અને ઊર્જાની કદર કરવાની પણ આપણી ફરજ છે. જેમ માતા કુટુંબ માટે આરામ લેવાનું ભૂલી જાય છે, તેમ આપણે પણ તેની આરામ માટે અને આરોગ્ય માટે વિચારવું જોઈએ. ઘરના કામકાજમાં તેની સહાયતા કરવી જોઈએ, તેનો માનસિક થાક ઘટાડવાનો પ્રયાસ કરવો જોઈએ.

માતા અને સંતાન વચ્ચે સંવાદ મહત્વપૂર્ણ છે. માતાના વિચારોને સમજવા, તેના જીવનનાં અનુભવો સાંભળવા, અને તેની સાથે ગાળેલી ક્ષણોને સ્મરણરૂપ બનાવવા માટે, માતા સાથે સંવાદ સાધવો આવશ્યક છે.

માતાની સલાહ સુનિશ્ચિત માર્ગદર્શક છે. કુટુંબમાં કોઈપણ સમસ્યા ઊભી થાય, કોઈ પણ વિવાદ કે તણાવ સર્જાય, ત્યારે માતાની અહિંસક શિખામણ અને શાંત સ્વભાવ સંતુલિત ઉકેલ લાવવા માટે એક શ્રેષ્ઠ રસ્તો છે. માતાની સમજદારી કુટુંબ માટે આશીર્વાદરૂપ છે.

માતાનું આદર અને પ્રેમ આપવું: તે જીવનનો સર્વોચ્ચ ધર્મ છે

માતા ફક્ત એક સંબંધ નથી, તે જીવનની સૌંદર્યપૂર્ણ શ્રદ્ધા છે. માતાનું સન્માન કરવું એ માત્ર નૈતિક ફરજ જ નથી, તે કુટુંબની સાચી ઓળખ છે. આપણે જો માતાને સાચો આદર આપવો હોય, તો તેમના માટે કંઈક કરવું પડશે. માત્ર શબ્દો નહીં, પણ કાર્યથી આદર દર્શાવવો પડશે. માતા એ શરણે આવેલું એક વૃક્ષ છે, જે હંમેશા પોતાનો શીતલ સહારો આપે છે. તેના ત્યાગ, સંસ્કાર અને પ્રેમની ઓળખ આપણે રાખવી જોઈએ.

"માતા એ માત્ર જન્મદાતી નથી, તે જીવનના દરેક શ્વાસમાં સાથે રહેલી શ્રદ્ધા છે.

તે એક પ્રેમસૂત્ર છે, એક અનંત ઉર્જા છે, એક મહાકાવ્ય છે—જે આ જગતનું અમૂલ્ય અધ્યાય છે."

તે એક પ્રેમસૂત્ર છે, એક અનંત ઉર્જા છે, એક મહાકાવ્ય છે—જે આ જગતનું અમૂલ્ય અધ્યાય છે."

4

ભવિષ્યની દીવાદાંડી
(દીકરો)

"પુત્ર ફક્ત કુટુંબનો વારસદાર નથી, તે ભવિષ્યના માર્ગ પર પ્રકાશ ફેલાવતી દીવાદાંડી છે.

પુત્ર ફક્ત પરિવારનું ભવિષ્ય નથી, તે સંસ્કાર અને સંવેદનશીલતાનું જીવંત ઉદાહરણ છે.

પુત્ર ફક્ત એક જવાબદારી નથી, તે પ્રેમ, શિસ્ત અને સમર્પણથી પરિવાર અને સમાજ માટે પ્રેરક બને છે.

પુત્ર ફક્ત સ્વપ્ન જોનાર નથી, તે માતા-પિતાના આશાઓને સાકાર કરનાર શક્તિ છે.

પુત્ર ફક્ત એક નામ નથી, તે પરંપરા અને આધુનિકતાને સમતુલિત કરતો, કુટુંબના ભવિષ્યને ઉજ્જવળ બનાવતો અડીખમ પાયો છે.

સાચો પુત્ર ફક્ત પરિવાર માટે એક આધાર નથી, તે ભવિષ્ય માટે એક દિવટ છે, જે સંસ્કૃતિ અને સમાનતાનો પ્રકાશ ફેલાવે છે."

પુત્રની ભૂમિકા: પરંપરા અને આધુનિકતાની વચ્ચે એક સંતુલિત યાત્રા

આજના યુગમાં પુત્રની ભૂમિકા પરંપરા અને આધુનિકતાના તાંતણે ગૂંથાયેલી છે. એક તરફ પરિવાર અને સમાજની અપેક્ષાઓ છે, તો બીજી તરફ વ્યક્તિગત સ્વતંત્રતા અને નવી શક્યતાઓના દ્વાર ખૂલી રહ્યા છે. સમયની સાથે પરિવર્તન આવતું ગયું છે, અને પુત્ર માત્ર કુટુંબના વારસાનો સંભાળનાર નહીં, પણ એક નવી દિશામાં પ્રવૃત્ત થતો અને પરિવારમાં નવી ઉર્જા લાવતો સ્તંભ બની રહ્યો છે.

અગાઉના સમયમાં પુત્રને કુટુંબના મુખ્ય આધારરૂપ તરીકે જોવામાં આવતો હતો. તે પેઢી દર પેઢી પરંપરાઓ, કુટુંબના મૂલ્યો અને અર્થતંત્રના દોરીધાગાને સંચાલિત કરનાર માનવામાં આવતો. આજના યુગમાં પણ પુત્રોની ભૂમિકા આ બધાથી અલગ નથી, પરંતુ તેમાં સ્વતંત્ર વિચારધારા, વ્યક્તિત્વનો વિકાસ અને નવી દિશાઓમાં આગળ વધવાની તકો પણ શામેલ થઈ ગઈ છે.

કૌટુંબિક મૂળ અને આધુનિક અનુકૂળતા વચ્ચેનું સંતુલન

આજના યુગમાં પુત્ર એક એવા માર્ગ પર યાત્રા કરે છે, જ્યાં તેને એક તરફ પરિવારના મૂળ અને સંસ્કાર જાળવી રાખવાની જવાબદારી છે, તો બીજી તરફ પોતાની ઓળખને મજબૂત કરવાની અને સમાજમાં પોતાનું સ્થાન સ્થાપિત કરવાની તક પણ છે.

પરિવારની પરંપરાઓ અને સંસ્કૃતિ જાળવી રાખવી એ તેની મોખરાની ભૂમિકા છે, પણ તે સાથે આધુનિકતા અને નવી ટેકો સાથે પોતાને અને પોતાના કુટુંબને આગળ વધારવાની જવાબદારી પણ પુત્રની છે. તે માત્ર મૂળભૂત ધોરણો અને સીમાઓમાં બંધાયેલી વ્યક્તિ નથી, પણ એક આધુનિક વિચારશીલ વ્યક્તિ પણ છે, જે પારિવારિક મૂલ્યો અને નવું વિચારી આગળ વધવાનું જોડાણ જાળવી શકે છે.

આગળ વધતાં, આજનો પુત્ર સમજતો જાય છે કે પરિવારની સુખાકારી માત્ર નાણાંકીય અને સામાજિક મજબૂતીમાં જ નથી, પણ લાગણીઓ અને સંવેદનાઓમાં પણ છે. કુટુંબના દરેક સભ્યને માન અને પ્રેમ આપવાની, તેમના સ્વપ્નો અને આશાઓમાં સહયોગ આપવાની જવાબદારી પણ પુત્ર નિભાવતો જાય છે.

સફળતા અને આંતરિક શાંતિ વચ્ચેનો સમતોલન

આજના સ્પર્ધાત્મક યુગમાં પુત્રને માત્ર કુટુંબની અપેક્ષાઓ જ નહીં, પણ પોતાની વ્યક્તિગત મહત્ત્વાકાંક્ષાઓ પણ સંતુલિત કરવી પડે છે. એક બાજુ વ્યાવસાયિક અને શૈક્ષણિક સફળતા માટે દબાણ છે, તો બીજી બાજુ કુટુંબ અને વ્યક્તિગત જીવનમાં સંતુલન સાધવાની જરૂરિયાત છે.

આ નવી પેઢીના પુત્રો હવે સહાનુભૂતિ અને લાગણીશીલતાને પણ સમર્થન આપી રહ્યા છે. તેઓ સમજી રહ્યા છે કે શક્તિ ફક્ત સ્થિરતામાં જ નહીં, પણ લાગણી અને સહકારમાં પણ રહેલી છે. જીવનમાં ઉંચી સિદ્ધિઓ મેળવવી મહત્વની છે, પણ એ સાથે માનસિક અને ભાવનાત્મક તટસ્થતા જાળવી રાખવી પણ એટલી જ જરૂરી છે.

પુત્રની કુટુંબ પ્રત્યેની જવાબદારીઓ

કોઈ પણ પરિવારમાં પુત્ર મજબૂત આધારસ્તંભ તરીકે ઓળખાય છે. તે કુટુંબના ભવિષ્ય માટે માર્ગદર્શન આપે છે, નવા ફેરફારો અને તકોથી પરિવારમાં નવી ઉર્જા લાવે છે.

પુત્રની મૂખ્ય ભૂમિકાઓમાં પરિવાર પ્રત્યેની લાગણી, સમર્પણ અને સંવેદનશીલતા અતૂટ રીતે જોડાયેલી હોય છે. તે પોતાના માતા-પિતા, ભાઈ-બહેન અને સમગ્ર કુટુંબ માટે એક ઉદાહરણ બને છે. તેના માટે કેટલીક અગત્યની બાબતો આ પ્રકારે છે:

પરિવારમાં સહકાર:

પુત્ર પરિવારના સભ્યોને મજબૂત બનાવે છે. તેઓની જરૂરિયાતોને સમજે છે અને તે પ્રમાણે સહાય કરે છે. માતા-પિતા વૃદ્ધ થાય ત્યારે તેમની સુખાકારી માટે પ્રયત્નશીલ રહે છે.

સંવાદ અને સમજૂતી:

કુટુંબમાં ખુલ્લા સંવાદ અને સ્વસ્થ ચર્ચાને પ્રોત્સાહન આપવો જરૂરી છે. જો પુત્ર એક સમજૂતદાર અને સંવાદશીલ વ્યક્તિત્વ ધરાવે, તો તે પેઢીઓ વચ્ચે ગાઢ જોડાણ ઊભું કરી શકે છે.

શિક્ષણ અને વ્યક્તિત્વ વિકાસ:

શિક્ષણ અને શારીરિક-માનસિક વિકાસ દ્વારા પુત્ર પોતાનું અને પરિવારનું ભવિષ્ય સુદૃઢ બનાવી શકે છે.

નાણાકીય જવાબદારી:

પરિવારની ભવિષ્યની યોજનાઓ અને નાણાકીય વ્યવસ્થાને શ્રેષ્ઠ બનાવવાની જવાબદારી પણ પુત્ર પર આવી શકે.

સંવેદનશીલતાથી પરિવારનું સંચાલન:

જીવનમાં આવતી કોઈપણ સમસ્યા કે પડકાર સામે એકતા સાથે ટકી રહેવું અને પરિવાર માટે મજબૂત સમર્થન પૂરું પાડવું પુત્ર માટે એક અગત્યની ભૂમિકા છે.

પુત્ર – ભાવિ પેઢી માટે પ્રેરણાસ્રોત

એક પુત્ર માત્ર પોતાના માટે નહીં, પણ આગામી પેઢી માટે પણ એક પ્રેરક તત્વ બને છે. તેના કર્મ, વિચારશૈલી અને જીવનશૈલી આગામી પેઢીઓ માટે

ઉદાહરણરૂપ બની શકે છે.

તેથી, પુત્ર માત્ર પરિવાર માટે જ નહીં, પરંતુ સમગ્ર સમાજ માટે એક મહત્વપૂર્ણ ભાગ ભજવે છે. જ્યારે પુત્ર સત્ય, સમર્પણ અને પ્રામાણિકતાથી જીવન જીવે છે, ત્યારે તે માત્ર પોતાના જીવન માટે જ નહીં, પરંતુ સમાજ માટે પણ પ્રેરણાસ્રોત બની શકે છે.

પુત્રની ભૂમિકા માત્ર કુટુંબના વારસાની જાળવણી પૂરતી મર્યાદિત નથી. તે આજના યુગમાં નવી દિશાઓ શોધી રહ્યો છે, નવી તકઓ શોધી રહ્યો છે અને પોતાના સપનાઓ પૂરાં કરવા માટે પણ પ્રયત્નશીલ છે. તે એક પુલ બની શકે છે, જે પરંપરાને આધુનિકતાથી જોડે છે.

આયોજિત અને સુસંગત રીતે પરિવાર, સમાજ અને પોતાની જાત માટે કાર્યરત રહેવાનો સંકલ્પ જ પુત્રને સાચા અર્થમાં એક નાયક બનાવે છે. જ્યારે પુત્ર સંવાદ, સમજૂતી, શિસ્ત અને પ્રેમથી પરિવાર સાથે સંબંધ બાંધે છે, ત્યારે તે માત્ર પોતાનું જ નહીં, પણ ભવિષ્યની પેઢીઓનું પણ ઘડતર કરે છે.

"એક સાચો પુત્ર પરિવાર માટે આધારસ્તંભ હોય છે, એક સજાગ નાગરિક માટે પ્રેરણારૂપ હોય છે, અને એક સાચા માનવ માટે એક દીવાદાંડી સમાન હોય છે, જે પોતાની લાગણીઓ અને કર્મોથી અજવાળટ ફેલાવે છે."

5

પવિત્ર સંબંધ (પતિ-પત્ની)

"પતિ-પત્ની ફક્ત જીવનસાથી નથી, તેઓ એકબીજાના સપનાઓ અને સંસ્કારનું સંકલન છે.

પતિ-પત્નીનો સંબંધ ફક્ત સામાજિક બંધન નથી, તે પ્રેમ, સમજૂતી અને એકતાની ઉજાસમય યાત્રા છે.

સફળ દાંપત્યજીવન ફક્ત સમાનતા નથી, તે એકબીજાને સમજવાની અને સાથે આગળ વધવાની અનોખી કળા છે.

એકબીજાની ત્રુટિઓ ન જોઈ, એકબીજાની શક્તિઓને ઓળખી અને સાથ આપવું એ સાચા સંબંધનું લક્ષણ છે.

પતિ-પત્ની ફક્ત ઘર સંચાલનના ભાગીદારો નથી, તેઓ જીવનના દરેક પડાવમાં એકબીજાના સહયાત્રી છે.

સાચું દાંપત્ય એ છે, જ્યાં પ્રેમ ફક્ત શબ્દોમાં નહીં, પણ નાનકડી કાળજી અને સમર્પણના હાવભાવમાં પણ પ્રતિબિંબિત થાય!"

પતિ-પત્નીનો સંબંધ: સમર્પણ, સંવાદ અને એકતા દ્વારા રચાયેલ શ્રેષ્ઠ ભાગીદારી

મનુષ્યના જીવનમાં પરિવાર જો એક કાપડ હોય તો પતિ-પત્નીનો સંબંધ એ કાપડમાં એક તંતુ છે—એક જીવંત, ગતિશીલ તંતુ, જે સમગ્ર કાપડને એકસાથે બાંધી રાખે છે. આ સંબંધ માત્ર સામાજિક બંધન નથી, તે એક સંવેદનશીલ સંગીત છે, જેમાં પ્રેમ, આદર અને સહકારની સુંદર સંગત હોય છે. પતિ-પત્ની વચ્ચેનો સંબંધ એક એવો સંવાદ છે, જે માત્ર શબ્દોમાં નહીં, પણ સંવેદનાઓ, સમજણ અને પરસ્પર સમર્પણમાં વ્યક્ત થાય છે.

આ સંબંધ એક પુલની જેમ કાર્ય કરે છે, જે બે અલગ-અલગ પૃષ્ઠભૂમિવાળા, જુદા વિચારો અને સપનાઓ ધરાવતા બે વ્યક્તિત્વોને એકસાથે જોડી રાખે છે. આ પુલ મજબૂત અને સ્થિર રહે, તે માટે સંપર્ક, સહાનુભૂતિ અને એકબીજાની જરૂરિયાતોને સમજવાની કુશળતા જરૂરી છે. એકબીજાની ઇચ્છાઓને પૂરી કરવાની ઈચ્છ અને સહાનુભૂતિથી આ સંબંધ વધુ ઊંડો અને મજબૂત બને છે. આ ખુલ્લા હૃદયથી સ્વીકારનું તત્ત્વ પરસ્પર વિશ્વાસ અને નિર્ભરતા વિકસાવવા માટે ખૂબ જ આવશ્યક છે, કારણ કે વિશ્વાસ વિના કોઈપણ સંબંધ ઊંડા સુધી ટકી શકતો નથી.

જીવનની સફર અને એકબીજાની સાથેનો સહકાર

સમય જતાં, પતિ-પત્ની એકબીજાની સાથે જીવનની જટિલતાઓ અને પડકારોનો સામનો કરે છે. જીવનના ચડાવ-ઉતરાવમાં જે સંબંધ ધૈર્ય, સહાનુભૂતિ અને સમજૂતી પર આધારિત હોય છે, તે લાંબો સમય ટકે છે. દયા, ધીરજ અને સહકાર જેવા ગુણો મજબૂત દાંપત્યજીવનના પાયાના ખંભા છે. પ્રેમ માત્ર મોટા સાબિતીચિહ્નો (grand gestures)માં જ નહીં, પણ નાના-નાના હાવભાવ અને ધ્યાનમાં છુપાયેલો હોય છે. એક મીઠું સ્મિત, એક સહાનુભૂતિભર્યું સાંભળવું, એકબીજાની લાગણીઓ સમજવી—આટલું બધું સંબંધને મજબૂત બનાવે છે.

સાચા દાંપત્યજીવનમાં પ્રેમ એ ફક્ત લાગણીઓની અભિવ્યક્તિ નથી, પણ દરરોજ સાથે પસાર થતા પળોનું એકટું ભવિષ્ય છે. એકબીજાને શ્રદ્ધાથી સાંભળવું, એકબીજાની ત્રુટિઓને છોડીને એકબીજામાં રહેલી શક્તિઓને સમર્થન આપવું, એકબીજાના સપનાઓને સાકાર કરવા માટે ખભે ખભો મિલાવવો—આ બધા પાસાઓ લગ્નજીવનની બાંધકામ પ્રક્રિયાનો એક ભાગ છે.

વિચારધારા અને પતિ-પત્નીનો પરસ્પર દૃષ્ટિકોણ

લગ્નજીવનની સફળતા માટે પતિ-પત્નીના વિચાર અને દૃષ્ટિકોણ પણ એટલાં જ મહત્ત્વપૂર્ણ છે. એકબીજાને કેવી રીતે જોવું જોઈએ અને એકબીજાની

ભૂમિકાઓને કેટલા આદરથી સ્વીકારવી જોઈએ, એ સંબંધની સ્થિરતાને નિર્ધારિત કરે છે. જો દંપતી એકબીજાની ત્રુટિઓ પર ધ્યાન કેન્દ્રિત કરે, તો સંબંધમાં તણાવ અને નિરાશા પેદા થાય. પણ જો એકબીજાની શક્તિઓને ઓળખી અને તેને પ્રોત્સાહિત કરવામાં આવે, તો બંને જણ પોતાના જીવનસાથી સાથે વધુ સુરક્ષિત અને સંતોષકારક અનુભવ કરે.

આ સકારાત્મક દૃષ્ટિકોણ પારિવારિક સુખ અને માનસિક શાંતિ માટે ખૂબ જરૂરી છે. જ્યારે પતિ-પત્ની એકબીજાને સહયોગ અને ઉન્નતિ માટે પ્રેરિત કરે છે, ત્યારે સંબંધ એક ગાઢ સંકલન બને છે, જેમાં પ્રેમ અને સમર્પણનું પોષણ સતત ચાલતું રહે છે.

બાળકો માટે પતિ-પત્ની એક પ્રેરક મોડેલ બને છે

લગ્નજીવન માત્ર પતિ-પત્ની સુધી સીમિત નથી. પરિવારના દરેક સભ્ય પર તેના સકારાત્મક અથવા નકારાત્મક પ્રભાવ પડે છે. ખાસ કરીને, બાળકો માટે પતિ-પત્નીનું વર્તન એક મોડેલ તરીકે કામ કરે છે. તેઓ પિતા અને માતા વચ્ચેના સંબંધમાંથી પ્રેમ, આદર અને સહકાર શીખે છે.

પતિ-પત્ની વચ્ચેના સમતુલિત અને સુમેળભર્યા સંબંધથી બાળકોમાં ભાવનાત્મક અને સામાજિક પાયો મજબૂત થાય છે. જે દંપતી સંવાદ અને સમજૂતી દ્વારા પોતાના લગ્નજીવનને સંચાલિત કરે છે, તેઓ બાળકો માટે એક આદર્શ પરિવારવાદી માળખું ઉભું કરે છે, જે ભવિષ્યમાં બાળકોના સ્વભાવ અને જીવનશૈલીને પણ અસર કરે છે.

વિવાદો અને સમજણથી સમાધાન લાવવાની કળા

લગ્નજીવન સદા સુખદ હોય એવું જરૂરી નથી. વિચારવિવાદ, સંજોગોની ગૂંચવણો અને અસમજણીઓ પણ દાંપત્યજીવનનો એક અભિન્ન ભાગ છે. જો પ્રેમ અને સમર્પણ મજબૂત હોય, તો સંઘર્ષ લગ્નજીવનને વધુ પરિપક્વ અને ઊંડો બનાવે છે.

સફળ દંપતી વિવાદોને સ્પર્ધા તરીકે નથી જોતા, પણ ઉકેલ શોધવાની તક તરીકે જુએ છે. "તમારું અને મારું" નહિ, પણ "આપણે મળીને" એ દૃષ્ટિકોણ વધુ મહત્ત્વનો છે. જ્યારે એકબીજાની વિભાવનાઓ અને દૃષ્ટિકોણને સમજીને સમાધાન લાવવામાં આવે, ત્યારે કોઈ પણ વિવાદ લાંબો ન ચાલે.

પતિ-પત્ની: એકબીજાના સપનાઓ માટે સહયોગી

લગ્નજીવન માત્ર સહજીવન નથી, તે સપનાઓનું એકસાથે નિર્માણ છે. બંને ભાગીદારો એકબીજાની ઉન્નતિ માટે સમર્પિત હોય, તો તેઓ એકબીજાના જીવનમાં સંતોષ અને સમૃદ્ધિ લાવી શકે.

એકબીજાના સપનાઓને સમર્થન આપવું, એકબીજાના ઉત્સાહને વધારવું અને એકબીજાની વ્યક્તિગત વૃદ્ધિ માટે સમાન તક આપવી—આજના યુગમાં સફળ લગ્નજીવન માટે અનિવાર્ય તત્ત્વ છે.

પરિવારના સુચારુ સંચાલન માટે પતિ-પત્નીનો સહયોગ

કુટુંબના સુચારુ સંચાલન માટે પતિ-પત્ની એકબીજાની ભૂમિકાઓની વ્યાખ્યા યોગ્ય રીતે નિશ્ચિત કરે, તો પરિવાર વધુ સુખી અને સ્થિર બની શકે.

પતિ માત્ર ભરણપોષણ કરનાર નહીં, પણ ભાવનાત્મક સહયોગ આપનાર પણ છે. તે જીવનસાથી માટે મજબૂત આધારરૂપ બની શકે છે, જ્યારે પત્ની પરિવારનું હૃદય બની, પ્રેમ અને લાગણીનું વહન કરે છે.

દાંપત્યજીવન - પ્રેમ અને સમર્પણથી ભરપૂર એક યાત્રા

લગ્નજીવન માત્ર કાયદેસરનું બંધન નથી, તે એક યાત્રા છે, જે પ્રેમ, સંવાદ અને એકબીજાની સમજૂતી પર આધારિત છે. જો પતિ-પત્ની એકબીજાની સાથે સાચા હૃદયથી ચાલે, તો તેઓ માત્ર પોતાનાં જીવનને જ નહીં, પણ આસપાસના લોકો માટે પણ એક પ્રેરક ઉદાહરણ બની શકે.

"આ યાત્રા સહજ નથી, પણ પ્રેમ, સમર્પણ અને પરસ્પર સન્માનથી આ સફર એક સુંદર અને સુખદ અનુભૂતિ બની શકે છે. પતિ-પત્નીનું સંબંધ એક એવો વારસો મૂકી જાય છે, જે આગામી પેઢીઓ માટે ઉદ્દમશક્તિ બની રહે."

6
સંસ્કાર સિંચક (દાદા-દાદી)

"દાદા-દાદી ફક્ત પરિવારના વડીલ નથી, તે સંસ્કાર અને પ્રેમનો અખૂટ પ્રવાહ છે.

દાદા-દાદી ફક્ત અનુભવના ખજાના નથી, તે પેઢી-દર-પેઢી સંસ્કૃતિ અને મૂલ્યોનો વારસો છે.

દાદા-દાદી ફક્ત કાળની સાક્ષી નથી, તે કુટુંબને જોડતા, સમજણ અને સ્નેહના શીલસ્તંભ છે.

દાદા-દાદી ફક્ત કહાનીઓના સંભાવિત પાત્રો નથી, તે જીવનની સાચી શીખ અને ઉદારતા પ્રેરિત કરનારા પ્રકાશપંથ છે.

દાદા-દાદી ફક્ત ભૂતકાળ સાથે જોડાયેલ નથી, તેઓ પેઢી-દર-પેઢી માટે માર્ગદર્શક છે, જે કાળ સાથે સંસ્કારોનો દીવો પ્રગટાવે છે.

દાદા-દાદી સાથે વિતાવેલા પળો ફક્ત યાદગાર નથી, તે ભવિષ્ય માટે સંસ્કાર અને પ્રેમનો જીવંત વારસો છે."

"બાળકને જોતાં જે રીઝે
રીઝે બાળક જોતાં જેને
સ્નેહલ સૂરત વત્સલ મૂરત
હૃદય હૃયના વંદન તેને"
- ઉમાશંકર જોશી

ઘરના શાંત ખૂણાઓમાં, જ્યાં હાસ્ય અને વાર્તાઓ ગૂંજાય છે, ત્યાં દાદા-દાદીની હાજરી એક અમૂલ્ય ભેટ સમાન બની જાય છે. તેઓ માત્ર પરિવારના વડીલ નહીં, પણ ઇતિહાસનાં જીવંત સેતુ, જ્ઞાનના રક્ષક અને નિષ્કપટ પ્રેમનાં અવતાર છે. પરિવાર જ્યારે જીવનની જટિલતાઓ અને આધુનિક ગતિશીલ જીવનશૈલી સામે ટકવાની દિશા નક્કી કરે છે, ત્યારે દાદા-દાદીની અનન્ય ભૂમિકા વધુ પ્રકાશમાં આવે છે. તેમને સન્માન આપવું, પ્રેમ અને ગૌરવથી તેમનું વ્હાલું સ્થાન જાળવી રાખવું માત્ર આપણા માટે ફરજ નથી, પણ તે એક વિશેષાધિકાર છે, જે સંપૂર્ણ કુટુંબ માટે સમૃદ્ધિ અને સ્નેહનો પાયો બેસાડે છે.

દાદા-દાદી: જ્ઞાન અને અનુભૂતિનો ખજાનો

દાદા-દાદી અનુભવ અને જ્ઞાનનો અમૂલ્ય ખજાનો ધરાવે છે. દાદા શાંત સ્વભાવ અને વૈચારિક સમજણ દ્વારા એક મજબૂત આધારસ્તંભ બની રહે છે. તેઓ વધુ સાંભળે છે અને સમજે છે, અને પછી જે સલાહ આપે છે તે ચિંતનપૂર્વક અને માપેલી હોય છે. તેમની હાજરી સંઘર્ષ અને અસ્પષ્ટતાના સમયમાં એક શાંતિદાયી આશરો બને છે. ધીરજ કઈ રીતે રાખવી, જીવનમાં ઉદારતા અને સહાનુભૂતિ કઈ રીતે દાખવવી, તે તેમની ક્રિયાઓ દ્વારા પ્રગટ થાય છે. તેઓ સમજાવે છે કે સાચી શક્તિ પ્રભુત્વમાં નહીં, પણ સમજણ અને સહાનુભૂતિમાં છે.

દાદી કુટુંબની ગતિશીલતામાં ઉષ્મા અને આનંદ લાવે છે. તેમના રસોડા માત્ર ભોજન બનાવવાની જગ્યા નથી, પરિવાર માટે પ્રેમ અને સંસ્કારનો આરામદાયી આશરો છે. ત્યાં પ્રેમથી તૈયાર થયેલા ભોજનો, સાથસંગત ગપસપ અને કાળજીનો એક અનોખો મિશ્રણ હોય છે. દાદી માત્ર શારીરિક પોષણ નહીં, પણ ભાવનાત્મક પોષણ પણ પૂરુ પાડે છે. તેમની વાતોમાં, હાવભાવમાં અને સહાનુભૂતિમાં કુટુંબના દરેક સભ્યને વિશેષ અને મૂલ્યવાન હોવાનો અનુભવ કરાવવાની ક્ષમતા હોય છે. તેઓ દરેકને યાદ અપાવે છે કે આનંદ જીવનની નાની ક્ષણોમાં વસેલો છે. તેમનાથી પ્રેરણા લઈને જ કુટુંબ પ્રેમ અને સહકારની ભાવનાને વિકસાવી શકે છે.

કુટુંબના સંસ્કૃતિના રક્ષક અને પેઢી દર પેઢી સંસ્કારોના વહેવારદાર

દાદા-દાદી કુટુંબની જીવનશૈલીમાં એકતાનું તત્વ ઉમેરે છે. તેમના અનુભવ અને વિવેકથી, કુટુંબના યુવાન સભ્યો માટે માર્ગદર્શક બનતા જાય છે. તેમના

જીવનમાંથી મળેલા પાઠ પેઢી-દર-પેઢી વહેતા રહે છે.

તેમનું મહત્ત્વ માત્ર પરિવારની સંસ્કૃતિ અને પરંપરાને જાળવી રાખવામાં જ નહીં, પણ નવી પેઢીને સંસ્કારોનો સાચો અર્થ સમજવામાં પણ છે. તેમની યાદો, જીવનભર એકઠા કરેલા શીખણાં અને માર્ગદર્શન, સમાજ અને કુટુંબ માટે અનમોલ ધરોહર સમાન છે.

સમય અને અનુભવના સાક્ષી

દાદા-દાદી એ સંજોગો અને પરિવર્તનના સાક્ષી છે. તેમણે પરિસ્થિતિઓ બદલાતી જોયી છે, પણ સાથે પરિવારની જૂની પરંપરાઓ જાળવી રાખવા માટે પોતાનું યોગદાન પણ આપ્યું છે. તેઓ બદલાતી દુનિયાની નવી લહેરોને ઓળખવા માટે તૈયાર હોય છે, પણ સાથે સાથે મૂળભૂત સંસ્કારો અને મૂલ્યોને પણ સાચવી રાખે છે. આ સંતુલનથી, તેઓ કુટુંબને એક નવો દૃષ્ટિકોણ આપે છે, જે પ્રગતિ અને પરંપરાનું શ્રેષ્ઠ સમન્વય પ્રસ્તુત કરે છે.

દાદા-દાદી: કુટુંબની એકતાના સ્તંભ

દાદા-દાદી માત્ર શીખવાડી રહ્યા છે, એમ નથી, પણ જીવંત ઉદાહરણ પૂરું પાડી રહ્યા છે. તેમની જીવનશૈલી, તેમના આદરભાવ અને શાંત ઉર્જા કુટુંબને સંસ્કાર અને એકતાનું મહત્ત્વ સમજાવે છે. આવાં માર્ગદર્શકોને જોવું અને તેમને શ્રદ્ધાભાવપૂર્વક સાંભળવું એ જ સાચું સન્માન છે.

તેમને સાચા અર્થમાં સન્માન આપવા માટે, કુટુંબોએ તેમની સાથે વધુ સમય વિતાવવો જોઈએ. તેમની વાર્તાઓ સાંભળવી, તેમના જીવનના સંઘર્ષો અને સફળતાઓની નોંધ લેવી, અને તેમના અનુભવમાંથી શીખવા માટે આગળ આવવું જોઈએ.

દાદા-દાદી સાથેની ક્ષણો: અમૂલ્ય યાદો બનાવવાનો અવસર

તેમની સાથે વિતાવેલા પળો ફક્ત ક્ષણિક આનંદ માટે નથી, પણ જીવનભર માટે સંભારણાં બની રહે છે. તેમની સાથે બેઠા રહીને ચા પીવી, હળવી ગપસપ કરવી, તેમના જુના દિવસોની વાતો સાંભળવી, કુટુંબમાં તેમની ભૂમિકા જાળવી રાખવી – આ બધા જ પ્રકારના વ્યાપક સંબંધો બનાવે છે.

આવા પળો, કુટુંબમાં એકતાની ભાવનાને વધુ મજબૂત કરે છે. જેમ તેઓ પેઢી-દર-પેઢી એકતાનું કાર્ય કરે છે, તેમ આપણે પણ તેમની સાથેના સંબંધને વધુ ધનિષ્ઠ બનાવવો જોઈએ.

દાદા-દાદી: કુટુંબ માટે એક મજબૂત આધાર

દાદા-દાદીનું જ્ઞાન અને પ્રેમ કુટુંબ માટે મજબૂત શિલા સમાન છે. તેમની સાથેના સંબંધમાંથી મળતી શીખ અને માર્ગદર્શન માત્ર આજની પેઢી માટે જ નહીં, પણ ભવિષ્યની પેઢી માટે પણ એક અમૂલ્ય વારસો છે.

તેમને શ્રદ્ધા અને આદર સાથે જોડીને, તેમની સાથે સમય વિતાવીને, તેમનું સન્માન કરીને, આપણે તેમને જીવનભર માટે એક મજબૂત આધાર તરીકે સ્વીકારીએ છીએ.

દાદા-દાદી માત્ર કુટુંબના વડીલ નથી, તેઓ કટોકટીમાં શાંતિ, વિવાદમાં સમાધાન, અને જીવનની ગૂંચવણોમાં સ્પષ્ટતા લાવનારા પ્રકાશસ્તંભ છે. તેમના જીવનના પાઠ, તેમની ઉદારતા અને તેમનો પ્રેમ આખા કુટુંબને એક જુસ્સા સાથે જીવવા માટે પ્રેરિત કરે છે.

આપણે તે ક્ષણોને સુરક્ષિત રાખવી જોઈએ, જ્યાં તેમના પ્રેમ અને સમજણમાંથી અમે શીખી શકીએ. દાદા-દાદી સાથેની ક્ષણો ફક્ત થોડા સમય માટે નથી, પણ પેઢી-દર-પેઢી સુધી લાગણી અને સંસ્કારનો દીવો પ્રજ્વલિત કરી શકે છે.

"દાદા-દાદી એ માત્ર એક પેઢી નહીં, પણ એક અવાજ છે, એક વારસો છે, એક શાશ્વત તત્વ છે. તેમની સાથે વિતાવેલા પળો માત્ર સ્મૃતિ નથી, પણ પ્રેમ અને સંસ્કારનો ઊંડો ખજાનો છે, જે જીવનભર પ્રકાશિત થશે."

7

શાખાઓ (સગા-સંબંધી)

"સગા-સંબંધી ફક્ત લોહીથી જોડાયેલા નથી, તેઓ લાગણીઓ અને
વિશ્વાસથી ગૂંથાયેલા છે.
સગા-સંબંધી ફક્ત પરિવારના શાખાઓ નથી, તેઓ જીવનના તફાવતો
અને એકતાના અવાજ છે.
સંબંધી ફક્ત સંબંધના નામ પૂરતા નથી, તેઓ સુખદ પળોના સાથી અને
મુશ્કેલીના સંભાળનાર છે.
સગા-સંબંધી ફક્ત રિવાજો અને પરંપરાથી જોડાયેલા નથી, તેઓ
સહાનુભૂતિ અને સંસ્કારના વ્હાલા સાથી છે.
સંબંધોની સાચી મજબૂતી તફાવતથી દૂર નહીં થાય, પણ સમજૂતી અને
લાગણીઓના વહેવારથી વધુ ગાઢ બનશે.
સાચા સંબંધો એ ફક્ત સમાનતા પર નહીં, પણ એકબીજાને સમજવાની
અને સ્વીકારવાની ક્ષમતાથી ઊંડા થાય છે."

સંબંધીઓ: જીવનની નાજુક પણ મજબૂત સાંકળ

સંબંધીઓ આપણા જીવનના સૂક્ષ્મ તાંતણા છે, જે અમને એક મજબૂત સાંકળમાં જોડે છે. આ સાંકળ ફક્ત લોહીના સંબંધોથી નહીં, પણ સામૂહિક ઇતિહાસ, મૂલ્યો અને અનુભવો દ્વારા ગૂંથાયેલી હોય છે. સગા-સંબંધી એ માત્ર જીવનસાથી નહીં, પણ જીવનયાત્રાના સાથીદારો છે, જેમની સાથે અમે અમારા જીવનના પળોને વહેંચી શકીએ.

સંબંધો માત્ર જૈવિક જોડાણ પૂરતા સીમિત નથી, પણ તે વ્યક્તિત્વ અને ઓળખની ભાવનાને વણી લે છે. આવા સંબંધીઓ આપણા જીવનના મજબૂત સહયોગી બની રહે છે, જે સફળતામાં આનંદ વ્યક્ત કરે છે અને મુશ્કેલીઓમાં સાથ આપે છે. સંબંધીઓ કદીક તફાવત પેદા કરે છે, તો કદીક એકતા અને સમજૂતીનો પાયો નાખે છે. સાચા સંબંધો સહાનુભૂતિ, સમર્થન અને સહયોગ પર આધારિત હોય છે.

સંબંધોની ઉષ્ણતા અને સહકારનું એક અનોખું જગત

સંબંધીઓ સાથેના સંબંધો હંમેશા એક સુમેળભર્યા અને નિશ્ચલ પ્રેમનું ચિત્ર ઊભું કરે છે. આપણે કુટુંબના મેળાવડાઓનું આયોજન કરીએ, જ્યાં હાસ્ય ગુંજે, લાગણીઓ વહે, અને મહત્ત્વની ક્ષણો એકમેક સાથે વહેંચી શકાય. સગા-સંબંધી એવા લોકો છે, જે આપણને પોતાના માનતા હોય છે, આપણી સાથે ઊભા રહે છે, આપણી સફળતાઓ ઉજવે છે અને દુ:ખમાં સહાનુભૂતિ દર્શાવે છે.

પરિવાર એક આશ્રયસ્થાન છે, જ્યાં સ્વીકાર નિશ્ચિત છે અને પ્રેમ અનંત છે. આપણે ત્યાં જ ખરો આરામ, સાચું સમર્થન અને નિખાલસ લાગણીઓ અનુભવીએ છીએ. સગાઓ સાથેનું જોડાણ એક બાંધછોડ વગરનો સંબંધ છે, જેમાં વિશ્વાસ અને સહાનુભૂતિના તંતુઓ એકબીજાને ગૂંથતા રહે છે.

પરિવારમાં તફાવતો: સંઘર્ષ અને સમજૂતી વચ્ચેનું સંતુલન

સગાઓ સાથેના સંબંધોની વાસ્તવિકતા હંમેશા આદર્શ કે સંપૂર્ણ હોતી નથી. કુટુંબમાં જટિલતા અને વિવિધતા હંમેશા હોય છે, કોઈ પણ કુટુંબમાં દરેક વ્યક્તિ અલગ હોય છે, પોતાના મૂલ્યો, માન્યતાઓ અને વ્યક્તિત્વ સાથે આવે છે. કેટલાક લોકોને પરંપરાઓ પ્રિય હોય છે, જ્યારે કેટલાક પરિવર્તનને વધાવી લે છે.

આ તફાવત ક્યારેક ગેરસમજ, વિમુખતા કે મતભેદોને જન્મ આપી શકે છે. પરિવારમાં આવા તફાવતોના કારણે સંબંધોમાં ક્યારેક ખટાશ આવી શકે, પણ સાથે-સાથે સમજૂતી અને સ્નેહને વધુ ધાટી બનાવવાની તક પણ ઉપલબ્ધ થાય છે.

ખામીમાં જ સંબંધોની સાચી શક્તિ રહેલી હોય છે. સંબંધી બનવું માત્ર લોહીનો સંબંધ ધરાવવાનો વિષય નથી, પણ પરસ્પર એકતાથી આગળ વધવાનો સંકલ્પ પણ છે. ક્ષમા કરવાની ક્ષમતા, ખૂલીને વાતચીત કરવાની ઇચ્છા અને એકબીજાની અનોખી દૃષ્ટિ સ્વીકારવાની તત્પરતા જ સંબંધોને મજબૂત બનાવે છે.

સંબંધોની સામાજિક અને સાંસ્કૃતિક માળખું

કેટલીક સંસ્કૃતિઓમાં કુટુંબોને સમાજનો આધારભૂત ખૂણાનો પથ્થર માનવામાં આવે છે. કેટલાંક પરિવારો પરંપરાગત છે, જ્યાં સંસ્કૃતિ અને રિવાજોનું પાલન અનિવાર્ય ગણાય છે, જ્યારે કેટલાંક પરિવારો વધુ સ્વતંત્રતા અને વ્યક્તિગત વિકાસને પ્રોત્સાહન આપે છે.

આજના આધુનિક યુગમાં, લોકો કુટુંબ અને સંબંધોને નવી રીતે વ્યાખ્યાયિત કરી રહ્યા છે. પરિવાર હવે ફક્ત રક્તસંબંધથી જ નહીં, પણ ભાવનાત્મક બંધન અને સહયોગથી પણ બને છે. બહુવિધ સંબંધો સ્વીકાર્યા જઈ રહ્યા છે, અને નવી પેઢી પારંપરિક સાથે આધુનિકતાનું સમતુલન સાધી રહી છે.

સંબંધોની યાત્રા: ગતિશીલતા અને એકતાનો સંયોગ

સંબંધો એ જીવનની સતત ગતિ કરતી યાત્રા છે. અથી, આદર્શો, વાસ્તવિકતાઓ અને ભાવનાઓના મિશ્રણ દ્વારા આ યાત્રા ઘડાય છે. આ સંબંધો માત્ર પરિવારના શીર્ષકથી નક્કી થાતા નથી, પણ લાગણીઓ અને સહયોગથી જીવંત રહે છે.

આ યાત્રા આપણને શીખવે છે કે કુટુંબ માત્ર એક ગૂંચવણભર્યું માળખું નથી, તે એક લાગણીઓથી ભરેલું તંત્ર છે. સંબંધો નિમિત્તીથી શરૂ થાય છે, પણ વિશ્વાસથી ટકતા રહે છે. એકબીજાની ભૂમિકા સમજવી, એકબીજાના અનુભવોનું માન રાખવું અને વિભિન્નતાને સહજતાથી સ્વીકારવી—આજના સમયમાં સંબંધોની સાચી ઓળખ આમાં જ છે.

સંબંધોની શક્તિ: એકતામાં રહેલું બળ

જેમ જેમ આપણે આ યાત્રામાં આગળ વધીએ છીએ, તેમ શીખીએ છીએ કે ભલે આપણે કુટુંબીઓ સાથે હંમેશા સહમત ન હોઈએ, તેમ છતાં, આપણા સંબંધો અનન્ય અને મૂલ્યવાન છે. કેટલાક સંબંધો તફાવત અને અંતરના કારણે કઠોર બની શકે છે, પણ અંતે તેઓ જ આપણને સૌથી વધુ મજબૂત બનાવે છે.

કુટુંબનો ઇતિહાસ અને પરસ્પરનું સન્માન કોઈપણ તોફાન ઝીલવા માટે પૂરતું છે. આ જ સંબંધો આપણને જીવનમાં સાચા અર્થમાં મજબૂત બનાવે છે.

સંબંધોમાંથી મળતી પ્રેરણા

સંબંધોની સુંદરતા અને જટિલતાને સ્વીકારવાથી આપણે ભિન્નતામાં પ્રેરણા શોધી શકીએ છીએ. આનંદની ક્ષણોની સાચી કદર શીખી શકીએ છીએ, અને પડકારોને સહાનુભૂતિ અને સમજણથી આવકારતા શીખી શકીએ છીએ.

આ દૃષ્ટિકોણ આપણને સમજાવે છે કે આપણા જીવનમાં માત્ર લોહીના સંબંધો જ મહત્ત્વના નથી, પણ એ લોકો પણ છે, જેમની અનોખી દૃષ્ટિ અને અનુભવો આપણને સમૃદ્ધ બનાવે છે. જેમણે આપણા જીવનમાં પ્રેમ અને સમજણ ઉમેર્યા છે, તેમના માટે આભાર માનવો એ પણ સ્નેહની એક અભિવ્યક્તિ છે.

સંબંધોની સાચી કસોટી

સંબંધોની મજૂરાંગ – જીવનની સાચી સમૃદ્ધિ

'પંચામૃત'માં લખાયું છે કે, "કોઈ વ્યક્તિનું ચારિત્ર્ય જોવું હોય, તો એ જોવું જોઈએ કે તેની પાસે કેટલા જૂના નોકર છે અને કેટલા જૂના સંબંધો છે." આ વાક્યમાં એક અનમોલ સત્ય રહેલું છે. સંબંધો અને સહકાર એ માનવીના જીવનનો એવો ભાગ છે, જે વ્યક્તિના તાત્કાલિક સુખ-દુઃખથી માંડીને સમગ્ર જીવનયાત્રાને આકાર આપે છે. સંબંધો વર્ષોથી નિર્માણ પામતા હોય છે, પરિસ્થિતિઓ દ્વારા અજમાતા હોય છે અને સમયની સાથે મજબૂત અથવા નબળા બનતા હોય છે.

સંબંધો ઘણીવાર સ્વાર્થના નાટકથી શરૂ થાય છે, જ્યાં બે વ્યક્તિઓ વચ્ચે લાભ, જરૂરિયાત કે કોઈ પણ સામાજિક બંધનોને આધારે જોડાણ થાય છે. પરંતુ જો સંબંધ માત્ર અવલંબન અથવા વ્યક્તિગત લાભ સુધી મર્યાદિત હોય, તો તે એક સમયે તૂટી જવાની સંભાવના રાખે છે. સફળતા, પદ, પ્રતિષ્ઠા – બધું જ અસ્થિર છે. જે લોકો ફક્ત આ બાબતો પર આધાર રાખીને સંબંધો નિર્માણ કરે છે, તેઓ સમય અને સંજોગો બદલાતા જ અદૃશ્ય થઈ જાય છે.

સંબંધોની મજબૂતી: વિશ્વાસ, પ્રેમ અને સંવાદિતામાં રહેલી છે

પારિવારિક સંબંધો જીવંત અને સ્થિર રહે એ માટે સાંભળવાની, સમજવાની અને વહેંચવાની તત્પરતા હોવી જરૂરી છે. પરિવાર એ માત્ર લોહીના સંબંધોથી જોડાયેલો એકમ નથી, પણ એક ભાવનાત્મક બંધન પણ છે, જેમાં સમજ, વિશ્વાસ અને સહાનુભૂતિ એ પાયો છે.

સંબંધોની મજબૂતી માટે સંવાદ અનિવાર્ય છે. જ્યાં સંબંધોમાં મૌન રહેતું હોય, ત્યાં શંકા અને ગેરસમજ પેદા થતી હોય છે. મુક્તિ સંવાદમાં છે, જ્યાં લોકો એકબીજાની લાગણીઓ નિર્ભયતાથી વહેંચી શકે. વિશ્વાસ એ કોઈ એક ક્ષણમાં

મળતું નથી, તે સતત પોષણ માગે છે.

સંબંધોની કસોટી: સફળતા અને મુશ્કેલીની વચ્ચે સંતુલન

સગા-સંબંધીઓ પર વિશ્વાસ રાખવો સહજ છે, પણ જ્યારે સંજોગો બદલાય ત્યારે એ જ સંબંધો ક્યાંક તૂટી પણ શકે. સાચા સંબંધોની ઓળખ ત્યારે થાય, જ્યારે સફળતાની શોખીન છાંયામાં નહીં, પણ મુશ્કેલીના તોફાનમાં પણ સાથ મળતો રહે.

કેટલાક સંબંધો, જ્યારે આપણે અણધારી મુશ્કેલીમાં હોઈએ, ત્યારે આપણી સામે એક દર્પણ બની જાય છે. તે દર્પણ આપણને બતાવે છે કે કોણ ખરો સાથીદાર છે અને કોણ માત્ર આપણા સફળતાની સાથે જોડાયેલો હતો.

કુટુંબ: જીવનનું સાચું આશરો

આધુનિક ગતિશીલ જીવનશૈલી વચ્ચે પરિવારમાં એક શાંત આશરો હોય છે, જ્યાં સંબંધો કેવળ સામાજિક પ્રભાવ નહીં, પણ ભિન્નતાને સ્વીકારવાની એક વિશેષતા પણ છે. આપણું કુટુંબ એક એવાં જગ્યા છે, જ્યાં સ્વીકાર નિશ્ચિત છે અને પ્રેમ અનંત છે.

સંબંધોને જાળવવા માટે પરિવાર સાથે વધુ સમય પસાર કરવો જરૂરી છે. સાથસંગત અને સંવાદથી સંબંધોને ગાઢ બનાવી શકાય છે. આનંદ અને દુઃખની ક્ષણો એકસાથે વહેંચવી એ સંબંધોની મજબૂતીનો આધાર બને છે.

મતભેદ અને સમજણ: સંબંધોની નાજુકતા અને મજબૂતી

કોઈ પણ પરિવારમાં મતભેદ થવાનું સ્વાભાવિક છે. દરેક વ્યક્તિનો દૃષ્ટિકોણ અલગ હોય છે, દરેકની જીવનશૈલી અલગ હોય છે. પણ મતભેદોને સમજદારીપૂર્વક દૂર કરવાની ક્ષમતા હોય તો સંબંધો વધુ ધનિષ્ઠ બની શકે છે.

ઝઘડાઓ ઉગ્ર બને તે પહેલાં ધીરજ રાખવી, દયાળુ રહેવું અને સંવાદિતા જાળવવી જરૂરી છે. આપણા સ્વભાવમાં જ નમ્રતા અને સમજૂતી હોય, તો મોટાંથી મોટા વિવાદો પણ સરળતાથી હલ કરી શકાય.

સંજોગોની કસોટી અને સાચા સંબંધોની ઓળખ

જીવન એ સતત બદલાતી ઘટનાઓ અને સંજોગોની શ્રેણી છે. ક્યારેક જીવન એટલું એકલતાભર્યું બની શકે છે કે જ્યાં આપણે આપણાં પરિવાર અને સગાં-સંબંધીઓનો મહત્ત્વ વધુ સમજીએ.

"કોઈ આપણું નથી" અથવા "કોઈ આપણું બનતું નથી" એવા ભ્રમ તત્કાલિક શાંતિ આપી શકે છે, પણ અંતે અંતરમનના ખાલીપણાને દૂર કરી શકતો નથી. માણસને પ્રેમ અને લાગણીઓથી જીવતો રાખે છે, માત્ર ભૌતિક સુખથી નહીં.

પરીક્ષણ અને સંબંધોની સાચી પ્રભુત્વતા

કુટુંબ અને સંબંધોની સાચી કસોટી મુશ્કેલીમાં થાય છે. સંજોગો બદલાય, દુઃખના દાયરા નજીક આવે, ત્યારે સાચા સહયોગીઓ કોણ છે એ જ ઓળખાય. સંબંધો જીવંત રાખવા માટે એકબીજાને સમજવા અને સહકાર આપવાની તૈયારી હોવી જોઈએ. પ્રેમ અને સહાનુભૂતિ એ કોઈ સંબંધ માટે સર્વશ્રેષ્ઠ તત્વો છે, જે તે સંબંધને પાયેદાર બનાવી શકે છે.

કુટુંબમાં પ્રેમ અને સમર્પણ: એક અવ્યક્ત તત્વ

જ્યાં પરિવારમાં પ્રેમ અને સમર્થન હોય, ત્યાં દરેક સંજોગમાં શક્તિ અને સમાધાન મળે છે. પ્રેમ એ સંબંધોની જીવનરેખા છે, જે જીવનમાં સાચા અર્થમાં આનંદ અને સંતોષ લાવી શકે.

સંબંધોની નબળાઈ અને શક્તિ: શું શીખી શકાય?

વિચાર કરો, આપણા જીવનમાં બધું જ સુખદ હોય પણ આપણી સાથે લાગણી વહેંચનાર કોઈ ન હોય, તો શું એ જીવનને શાંતિપૂર્વક જીવવા જેવું રહેશે?

બહિર્મુખ દેખાવ બદલાવી શકાય, પણ હૃદયની લાગણીઓ નહીં. આપણે જો આપેલા પ્રેમ અને મર્મને ઓળખી શકીએ, તો જ સંબંધોને સાચા અર્થમાં જીવંત બનાવી શકીએ. સંબંધો એ ફક્ત રક્તસંબંધ કે નામ પૂરતા નથી, તે એક જીવનની શૈલી છે. સંબંધોના સાચા મૂલ્યને ઓળખવા માટે, આપણે તે વ્યક્તિઓને યાદ રાખવી જોઈએ, જેમણે આપણને દુઃખ અને મુશ્કેલીઓમાં સાથ આપ્યો.

માણસને હવા નહીં, લાગણીઓ જીવંત રાખે છે. કોઈ સંજોગે આપણને એકલા ન પાડી દે, તે માટે, પ્રેમ અને નમ્રતાથી સંબંધોની કદર કરવી જરૂરી છે.

સંબંધો એ ફક્ત કુટુંબ અને મિત્રોના જોડાણનું નામ નથી, તે એક જીવંત બાંધકામ છે, જે સમાન ભાવનાઓ, સંસ્કૃતિ અને અનુભવોના સહયોગથી ઊભું થાય છે. સ્નેહ, સહાનુભૂતિ, સમર્થન અને એકતાના બળ પર કોઈ પણ તોફાન સામે ટકી રહેવાં સરળ બને છે.

**આપણે મળેલા સંબંધો અને આપણા સંબંધીગણનો વિચાર કરીએ, તો સમજાય કે સંબંધો ફક્ત ભાગ્ય કે પરિસ્થિતિનો ફળ નથી, તે સાચી સંવેદનશીલતાથી પોષવામાં આવતું એક બીજ છે. આપણે તેને પોષીએ, પ્રકટ થવા દઈએ અને સહાનુભૂતિ, માન અને પ્રેમથી તેને વધુ ફૂલી-ફાલી ઊભું કરીએ, તો જ તેનો સાચો અર્થ ઊંડો થશે.

"સંબંધો માત્ર લોહીથી બંધાતા નથી, તેઓ લાગણીઓ, વિશ્વાસ અને સહાનુભૂતિથી જીવંત રહે છે. તેઓ એક એવી મજબૂત સાંકળ છે, જે જ્યારે સાચા અર્થમાં પોષાય, ત્યારે પેઢી-દર-પેઢી પ્રેમ અને એકતાનું ઉદાહરણ બની રહે છે."

8
હિંમત

"હિંમત ફક્ત ભય વિના જીવવાની તાકાત નથી, તે પડકારો સામે મજબૂત
રહેવાનો નિશ્ચય છે.
હિંમત ફક્ત સંજોગો સામે લડવાની શક્તિ નથી, તે સંજોગોને વધુ સશક્ત
બનાવવાનો વિચાર છે.
સાચી હિંમત એ છે, જ્યાં નિષ્ફળતામાં પણ એક નવી શરૂઆત કરવાની
પ્રેરણા મળે.
હિંમત ફક્ત વ્યક્તિગત શક્તિ નહીં, પણ સમગ્ર પરિવાર અને સમાજ માટે
એક ઉન્નતિનું પાયું છે.
જ્યાં હિંમત હોય છે, ત્યાં બદલાવ શક્ય બને છે, અને જ્યાં બદલાવ હોય છે,
ત્યાં પ્રગતિ નક્કી છે.
હિંમત એ ફક્ત એક ભાવના નથી, તે એક દીવો છે, જે નિરાશાની
અંધકારમાંથી આશાની નવી કિરણો ફેલાવે છે."

હિંમત: માનવજીવનની શક્તિ અને પરિવર્તન માટેનું પ્રેરક તત્ત્વ

માનવજીવનમાં હિંમત એ એક એવી શક્તિ છે, જે નિરાશા અને આશાની પળોને જોડે છે. હિંમતનો અર્થ માત્ર ભયનો અભાવ નથી, પરંતુ ભય સામે કાર્ય કરવાની ક્ષમતા છે. હિંમત એ દીવો છે, જે અંધકારમય રાત્રીમાં આપણું માર્ગદર્શન કરે છે. તે એક એવી શક્તિ છે, જે વ્યક્તિગત સ્તરે જ નહીં, પણ સમગ્ર પરિવાર અને સમુદાયને ઊંચે ઉઠાવે છે.

પરિવાર એ હિંમતનો પ્રથમ આધાર છે, જ્યાં આપણા સપનાઓ અને સંઘર્ષો વચ્ચે સતત એક મજબૂત સહકાર મળે છે. આ હિંમત એક વ્યક્તિથી શરૂ થઈ, તો આખું પરિવાર પરિવર્તનની લહેરમાં જોડાઈ શકે છે. એવી માતા-પિતા વિશે વિચારવું, જે દસકાઓથી પોષાયેલા સ્વપ્નો માટે જોખમ લે છે. આ સાહસ માત્ર તેમની વ્યક્તિગત સફળતા પૂરતું મર્યાદિત નથી, પરંતુ તેમના બાળકો માટે એક ઉદાહરણરૂપ બની જાય છે. તેમની હિંમતને જોતા, બાળકો શીખે છે કે પડકારોનો સામનો કરવો શક્ય છે, અને નિષ્ફળતાથી ડરવાની જરૂર નથી. હિંમત એ નિષ્ફળતાને વિકાસનો અવસર બનાવે છે. આ પાઠ માત્ર એક પેઢી સુધી મર્યાદિત નથી રહેતો, પણ ભવિષ્યની પેઢીઓ સુધી સ્થિરતા અને નિર્ધારણના સંસ્કાર રોપે છે.

હિંમત: પરિવારમાં સંવાદ અને મજબૂત સંબંધોની ચાવી

હિંમત એ કુટુંબમાં સંવાદની મજબૂત કડી છે. ઘણીવાર, કુટુંબમાં એવી વાતચીત ટાળી દેવાય છે, જે કરવી મુશ્કેલ હોય. વિવાદ કે ગેરસમજ ઊભા થવાના ભયથી આપણે ઘણી વાર મૌન ધારણ કરી લઈએ, પરંતુ હિંમતથી ભલામણ કરેલું એક સત્યના શબ્દો સંબંધોને આરોગ્યપ્રદ બનાવી શકે છે. પરિવારમાં જો કોઈ એક સભ્ય હિંમતપૂર્વક કોઈ મહત્વના મુદ્દાને ઉકેલવા માટે આગળ આવે, તો તે પરિવારના સંબંધોને મજબૂત અને પારદર્શક બનાવે છે.

સત્યને કહો, ઉદારતાથી સાંભળો અને નમ્રતાથી વાતચીત કરો – આ ત્રણ તત્ત્વો હિંમતપૂર્વક પારિવારિક સંવાદને સમૃદ્ધ બનાવી શકે છે. જ્યાં દરેક સભ્યને સાંભળવામાં આવે, જ્યાં તમામ વિચાર સન્માન મેળવતા હોય, ત્યાં સંબંધો માત્ર ટકે નહીં, પણ ફૂલ્લે અને પ્રગટશે. આપણે એકબીજાના દુઃખ અને આશાઓને સમજી શકીએ, તો સ્નેહ વધુ ગાઢ બની શકે.

હિંમત: ન્યાય અને નૈતિકતા માટેનો આધાર

હિંમત એ માત્ર ભયને પરાસ્ત કરવાની શક્તિ નથી, પણ તે ન્યાય અને નૈતિકતા માટે અવાજ ઊંચો કરવાની તાકાત પણ છે. પરિવારના સભ્યો જ્યારે અન્યાય સામે ઊભા રહે છે, અથવા કોઈના માટે સહાનુભૂતિ દર્શાવે છે, ત્યારે તેઓ એક એવી સંસ્કૃતિ વિકસાવે છે, જ્યાં સત્ય અને માનવતાને સ્થાન મળે છે.

આ પ્રકારની હિંમત પરિવારમાં સહાનુભૂતિ અને ઈમાનદારીના મૂળભૂત મૂલ્યોને મજબૂત બનાવે છે.

સંકટમાં હિંમત: કુટુંબની સાચી પરિક્ષા

સંકટમાં હિંમત વધુ મહત્વની બની જાય છે. કુટુંબમાં જ્યારે દુઃખદ ઘટના ઘટે, આર્થિક તંગી આવે, અથવા આરોગ્યની સમસ્યા ઊભી થાય, ત્યારે હિંમત એ એક એવો સ્તંભ બને છે, જે પરિવારને એકસાથે રાખે છે.

બીમારી, આર્થિક સમસ્યાઓ કે અન્ય દુઃખદ ઘટનાઓ વચ્ચે, એકબીજાને ટેકો આપવો એ હિંમત છે. સામૂહિક સંઘર્ષો સામે એકસાથે ઊભા રહેવું એ હિંમત છે. નિરાશાને આશામાં બદલવા માટે ધૈર્ય અને સમજૂતી દાખવવી એ હિંમત છે. હિંમત માત્ર પડકાર સામે ઊભા રહેવાની શક્તિ નથી, તે આશા અને સ્થિરતા શોધવાની પણ એક પ્રક્રિયા છે.

હિંમત અને પરિવર્તન: નવી દિશાઓની શોધ

હિંમત પરિવર્તન માટેની પ્રેરકશક્તિ છે. તે વ્યક્તિઓને તેમના આરામદાયક સીમાથી બહાર નીકળવા, પરિસ્થિતિઓને પડકારવા અને સુધારણા માટે પ્રયત્ન કરવા પ્રોત્સાહિત કરે છે.

જ્યાં પરિવારમાં દરેક સભ્ય પોતાની જાત સાથે હિંમતપૂર્વક નવો પડકાર સ્વીકારવાનું શરૂ કરે, ત્યાં પરિવારમાં એક નવી ઊર્જા પ્રવર્તી શકે છે. એક એવા વાતાવરણમાં પરિવર્તન આવી શકે છે, જ્યાં પરિવારના દરેક સભ્ય પોતાને વધુ સશક્ત અનુભવે. હિંમત પેલાં પગથિયાં ચઢવાનું પ્રેરણાત્મક તત્ત્વ બની શકે છે.

હિંમત: માત્ર વ્યક્તિગત ગુણધર્મ નહીં, પણ સામૂહિક શક્તિ

હિંમત એ ફક્ત વ્યક્તિગત ગુણધર્મ નથી, તે એક સામૂહિક શક્તિ પણ છે. પરિવાર અને સમુદાયને એકત્રિત કરીને હિંમત તેને એક નવી દિશા તરફ લઈ જાય છે. જ્યારે આપણે ડરને બદલે હિંમત પસંદ કરીએ છીએ, ત્યારે આપણે માત્ર પોતાને જ ઊંચે નથી લઈ જતા, પણ જે વ્યક્તિઓ આપણું પ્રેરણારૂપ છે અને જેમને આપણે પ્રેમ કરીએ છીએ, તેમને પણ પ્રગતિ તરફ દોરી જઈએ છીએ.

હિંમત એ ક્રિયા નથી, તે એક વારસો છે, જે પેઢી-દર-પેઢી પરિવર્તન અને ઉત્કર્ષ લાવે છે. તે માત્ર ભવિષ્ય માટે નવી તકો સર્જતી નથી, પણ આખા પરિવારને વધુ મજબૂત અને સ્વતંત્ર બનાવે છે.

આત્મવિશ્વાસ અને આધ્યાત્મિક જીવન: એક દિવ્ય યાત્રા

આપણું જીવન એક અનોખી યાત્રા છે, જેમાં આત્મવિશ્વાસ અને આધ્યાત્મિકતા એક માર્ગદર્શક પ્રકાશની જેમ કાર્ય કરે છે. જે વ્યક્તિ પોતાનાં પર વિશ્વાસ રાખે છે, અને બીજાના વિચારોને કારણે પરેશાન થવાનું ટાળી શકે છે, તે

સત્યનો યાત્રી બની શકે છે. સમાજ કે પરિસ્થિતિ આપણું મૂલ્ય નક્કી નહીં કરે, આપણે પોતે આપણા જીવનના ન્યાયધીશ છીએ.

આત્મવિશ્વાસ: જીવનનું એક અમૂલ્ય રત્ન

આત્મવિશ્વાસ એ માત્ર એક ગુણ નથી, તે જીવનની એક ઉર્જા છે. જે વ્યક્તિમાં આત્મવિશ્વાસની સુગંધ છે, તેના ઈરાદામાં મીઠાશ છે, અને તેની નિષ્ઠામાં સત્ય છે, તેની જિંદગી એક સુગંધિત ગુલાબ જેવી બની જાય છે. વિશ્વાસ એ છે, જે કોઈપણ પરિસ્થિતિમાં આપણું હેતુ નક્કી કરી શકે છે અને જીવનમાં શ્રેષ્ઠ શક્ય દિશા તરફ દોરી શકે છે.

આધ્યાત્મિક જીવનની જવાબદારી અને એકતા

આધ્યાત્મિક જીવન માત્ર ભક્તિ કે વિધિઓનું નામ નથી, તે જવાબદારી અને એકતાનું એક ઊંડું અર્થઘટન છે. દરેક વ્યક્તિમાં રહેલા દિવ્ય ગુણોને ઓળખીને, બીજાઓની નિષ્કપટ સેવા કરવી એ જીવનનું મહાન કાર્ય છે.

આ એકતા ત્યારે સાચા અર્થમાં અનુભવાય છે, જ્યારે ઘણા લોકો સાથે મળીને સમાન દ્રષ્ટિકોણ અને ઉત્સાહ સાથે કોઈ વિશેષ સેવા માટે આગળ વધે છે. ત્યાં સમજાય છે કે એકતા ફક્ત શક્તિ નથી, પણ તેને કાર્યરત કરવા માટે સહાનુભૂતિ અને સમજણની જરૂર છે.

આધ્યાત્મિક અને સાંસારિક જીવન વચ્ચેનું સંતુલન

મારા પરિવાર અને મિત્રોને મળતી વખતે હું ઘણી વાર આશ્ચર્યચકિત થઈ જાઉં છું – તેઓ આ બધું કેવી રીતે સમજી શકે છે? ક્યારેક એવું લાગે છે કે તેઓ જાણે દૃષ્ટિપ્રાપ્ત હોય!

આ સાંસારિક જીવન સતત નવી નવી પરિક્ષાઓ લે છે. જો આપણે જીવનમાં પડકારો સામે પાછા પગલાં મૂકીશું, તો આધ્યાત્મિક વિકાસ પણ રોકાઈ જશે. આથી, પરિસ્થિતિઓ સામે હિંમતપૂર્વક સામનો કરવો એ એક જ માર્ગ બચે છે. જ્યાં હિંમત હોય છે, ત્યાં વિકાસનું દ્વાર ખુલે છે.

સેવાનું મહત્ત્વ અને ઉદારતા

જ્યારે તમે બીજાના જીવનમાં એક સકારાત્મક ફેરફાર લાવો છો, ત્યારે તમારું પોતાનું હૃદય ઉદારતાથી વિસ્તૃત થતું જાય છે. સેવાનું સિંચન જ્યારે હૃદયમાં થાય, ત્યારે તે પેઢી-દર-પેઢી પ્રેરણાનું ઝરણું બની વહે છે.

આપણે આ જીવનમાં એકબીજાને મદદ કરવા માટે છીએ, કારણ કે સાચું સંતોષ અને આધ્યાત્મિક ઉન્નતિ ત્યારે જ પ્રાપ્ત થાય, જ્યારે આપણે નિઃસ્વાર્થ સેવાનો માર્ગ અપનાવીએ. એકબીજાને સાથ આપીએ, એકબીજાની પીડાને સમજી શકીએ, ત્યારે જ આ માનવજીવનનું ખરું મૂલ્ય અનુભવી શકીશું.

સંપર્ક, લાગણી અને માનવતાનું મહત્વ

જ્યારે કોઈ નાનામાં નાની વ્યક્તિ પણ તમારા માટે ચિંતાતુર થાય, ત્યારે સમજવું કે એ ચિંતાનો મૂળ ઉગ્ર લાગણીઓમાં છે. જેનું હૃદય સાફ અને ઉદાર હોય છે, તે બીજા માટે સાચા અર્થમાં ચિંતિત હોય છે.

આપણા જીવનમાં જો કોઈ એવી મહાન આધ્યાત્મિક વ્યક્તિ પ્રવેશી જાય, જે આપણું જીવન બદલવાની ક્ષમતા ધરાવે, તો સમજી લેવું કે એ વ્યક્તિનું આગમન એક દિવ્ય આશીર્વાદ છે. આવી વ્યક્તિઓ એક સાચા કોહીનૂર હીરા જેવી હોય છે, જેઓ પોતાના પવિત્ર હૃદયમાં દરેકને સ્થાન આપે છે.

શ્રીકૃષ્ણના જીવનમાંથી મળતો પાઠ

ભગવાન શ્રીકૃષ્ણે આપણા જીવનમાં આધ્યાત્મિક જ્ઞાનનું સર્વોચ્ચ સ્થાન આપ્યું છે. તેમના જીવનમાંથી આપણે શીખી શકીએ કે કરુણા અને સ્પષ્ટતા એ એક સાથે જીવાય તેવાં મૂલ્યો છે. આધ્યાત્મિક ઉન્નતિ માટે શાંતિ અને સમજૂતી જરૂરી છે, અને તે તેવા લોકોના સંપર્કથી પ્રાપ્ત થાય છે, જે જીવનના સાચા અર્થને સમજી શકે.

મનની શાંતિ અને સ્વ-પરિચય

આપણે અમારી સાચી ઓળખ મેળવવી હોય, તો મનને શાંત રાખવું આવશ્યક છે. શાંતિ એ શ્રેષ્ઠ માર્ગદર્શક છે. જ્યારે મન શાંત હોય છે, ત્યારે જ આપણે સમજી શકીએ કે શું વિચારવું અને કઈ દિશામાં આગળ વધવું.

ક્યારેક જીવનમાં કોઈ આવી વ્યક્તિ મળે, જે આપણને સાચા અર્થમાં સમજવા પ્રયત્નશીલ હોય, તો એ ક્ષણો આપણા માટે અમૂલ્ય બની જાય છે. ત્યારે આપણે પણ અન્યને સમજવાની તત્પરતા વધારીએ છીએ, અને એજ સાચી સહાનુભૂતિ છે.

સંબંધોમાં પ્રેમ અને ક્ષમા

કુટુંબ અને સબંધોમાં આપમેળે મળતો પ્રેમ અમૂલ્ય છે. પણ સાથોસાથ, આપણે પણ અમારા નજીકના લોકો માટે અનંત પ્રેમ અને લાગણી ધરાવવી જોઈએ. જો પરિવાર આપણને પ્રેમ આપે, તો તેના માટે ક્ષમાશીલતા અને સહાનુભૂતિ દર્શાવવી એ પણ આપણી જવાબદારી છે.

જિંદગીમાં પ્રેમ, ભાવનાઓ અને હંમેશા સાથે રહેવા જેવો સહકાર

વિચાર કરો, આપણી પાસે દરેક વસ્તુ હોય, પણ વાતચીત કરવા માટે કોઈ ન હોય, તો એ જિંદગીનો સાચો અર્થ શું રહી જાય?

દેખાવ બદલાવી શકાય, પણ ભાવનાઓ હંમેશા પોતાનું અસલી સ્વરૂપ જ બતાવે છે. પ્રેમ અને લાગણીઓ જ જીવંત રાખે છે.

સાચા સંબંધોની ઓળખ અને સમયની કસોટી

સગા-સંબંધી અને કુટુંબનાં સભ્યો વચ્ચે તફાવત ત્યારે સ્પષ્ટ થાય, જ્યારે સમય પરીક્ષણ લે. જ્યારે મુશ્કેલીનો સમય આવે, ત્યારે જ ઓળખાય કે કોણ આપણું છે અને કોણ માત્ર હાજરી પૂરતા જ છે.

સાચા સંબંધોની ઓળખ માટે સમયની કસોટી જરૂરી છે. જ્યારે સંજોગો બદલાય અને આપણે એકલા પડીએ, ત્યારે જ સાચા સહયોગીઓની ઓળખ થાય. એજ સાચી કસોટી છે, જે નક્કી કરે કે અંત સુધી કોણ આપણી સાથે રહેશે!

હિંમત એ જીવનની ઉર્જા છે

હિંમત એ માત્ર એક ભાવના નથી, તે એક જીવનશૈલી છે. તે એક પ્રકારની તાકાત છે, જે વ્યક્તિને તેની આસપાસની દુનિયા બદલવાની શક્તિ આપે છે.

આપણે જ્યારે નિર્ભયતા અને ધૈર્યથી આગળ વધીશું, ત્યારે આપણી સાથે ચાલનારા સૌને એક નવી આશા મળશે. આપણે જે એક ક્ષણ માટે હિંમતપૂર્વક આગળ વધીશું, તે એક પેઢી માટે ઉદાહરણ બની રહેશે. સાચું જીવન એ છે, જ્યાં પ્રેમ અને આત્મવિશ્વાસ સાથે હિંમતપૂર્વક આગળ વધવામાં આવે. જે માણસ વિશ્વાસ અને નિષ્ઠા સાથે જીવે છે, જે ક્ષમાશીલ છે અને માનવતાના મૂલ્યો ધરાવે છે, તે જીવનમાં હંમેશા પ્રકાશિત રહેશે.

"હિંમત એ માત્ર એક વિચાર નથી, તે એક ક્રિયા છે. જ્યારે તમે ડરને બદલે હિંમત પસંદ કરો છો, ત્યારે તમે માત્ર પોતાને ઊંચે ઉઠાવતા નથી, પણ સમગ્ર કુટુંબ અને સમાજ માટે એક નવી દિશા આપે છો. હિંમત એ પ્રકાશ છે, જે પેઢી-દર-પેઢી સંસ્કૃતિને જીવંત રાખે છે."

9

જીવનના ઉતાર-ચઢાવ

"જીવન ફક્ત સફળતાનો ઉત્સવ નથી, તે નિષ્ફળતાને સ્વીકારીને આગળ
વધવાની યાત્રા છે.
જીવનમાં પડકારો ન આવે તો પ્રગતિ શક્ય નથી, અને નિષ્ફળતાના
અનુભવો ન હોય તો જીતનો સાચો આનંદ પણ અણસૂયો રહે.
ઉતાર-ચઢાવ એ જીવનનો અવિભાજ્ય હિસ્સો છે, પણ હિંમત અને ધીરજ
રાખનાર વ્યક્તિ માટે દરેક તોફાન એક નવી તક બની શકે.
જીવનની દરેક તક શીખવા માટે છે, દરેક મુશ્કેલી તમને મજબૂત બનાવે છે,
અને દરેક નિષ્ફળતા એક નવી દિશા આપે છે.
જ્યાં હિંમત હોય છે, ત્યાં અસંભવ પણ સંભાવનાની દિશામાં આગળ વધી
શકે, અને જ્યાં વિશ્વાસ હોય છે, ત્યાં પ્રગતિના દરવાજા હંમેશા ખુલ્લા રહે.
સાચું જીવન એ નથી કે તમે કેટલા વખત પડ્યા, પણ એ છે કે તમે કેટલી
વાર ઊભા થયા અને હિંમતપૂર્વક આગળ વધ્યા!"

સમગ્ર જીવન દરમિયાન ઘણીવાર એવું બનતું હોય છે કે આપણને વિચાર આવે – આમ કર્યું હોત તો આમ બની જાત ને તેમ કર્યું હોત તો તેમ બની જાત – પરંતુ કંઈપણ કરવા માટે હિંમત તો કરવી જ પડે છે. મેં એક વ્યક્તિ જોઈ છે જેણે પોતાના જીવનમાં ખૂબ સંઘર્ષ કર્યો છે. તેના પિતાએ તેને બહુ જ હિંમત આપી છે. કોઈપણ પ્રશ્નનું કઈ રીતે નિવારણ લાવવું તે શીખવ્યું છે, જેને લીધે તે વ્યક્તિએ જીવનમાં સ્થિરતા અને સફળતા મેળવી છે.

લગભગ કોઈ વ્યક્તિ એવી નહીં હોય જેણે પોતાના જીવનમાં સંઘર્ષનો સામનો ન કર્યો હોય. પછી ભલે તે અમીર હોય કે ગરીબ ! એ પરિસ્થિતિમાંથી પાર ઉતરવું એ જ મોટી સફળતા છે. પેલી વ્યક્તિએ પણ પોતાના જીવનમાં ઘણી અસફળતાઓ જોઈ. દરેક વખતે આપણે એટલા પરિપક્વ નથી હોતા કે સંઘર્ષનાં કારણો સમજી શકીએ, પરંતુ આ અપરિપક્વતાને લીધે જ આપણને ઘણું બધું શીખવા મળે છે. દુઃખ તો જીવનમાં આવવાનાં જ છે, તેનાથી ડર પણ લાગવાનો જ છે પરંતુ આપણે સ્વીકારવું જોઈએ કે આ જ તો જીવન છે !

માનવ જીવન એક સફર છે, એક એવી યાત્રા જેમાં સફળતા અને નિષ્ફળતા, આનંદ અને દુઃખ, વિશ્વાસ અને સંશય—all intertwined. ક્યારેક જીવનને પછાડતું હોય છે, તો ક્યારેક તે પરખતું હોય છે. પરંતુ જે વસ્તુ હંમેશા આપણી સાથે રહે છે, જે અમને દરેક પડકારનો સામનો કરવા માટે મજબૂત બનાવે છે, તે છે—હિંમત.

જીવનમાં હિંમત અને નિર્ણય શક્તિનો મહત્ત્વ

જીવનની દરેક પળ એક પસંદગી છે. અમે શું કરીએ, શું ન કરીએ, ક્યાં આગળ વધીએ, અને ક્યાં પાછળ વળી જઈએ, તે બધું જ આપણા નિર્ણય પર આધાર રાખે છે. ઘણાં લોકો જીવનભર પસ્તાવાઓ સાથે જીવે છે, વિચારે છે કે "જો તે સમયે આમ કર્યું હોત, તો જીવન અલગ હોત". પરંતુ જો કોઈક વસ્તુ આપણને પાછળ ખેંચે છે, તો તે છે—અલ્પવિશ્વાસ અને હિંમતનો અભાવ.

હિંમત એ માત્ર સામર્થ્ય કે બહાદુરીનો પર્યાય નથી, હિંમત એ છે—મૂલ્યવાન નિર્ણયો લેવા, જીવનમાં જોખમ ઉઠાવવા, અને પરિસ્થિતિઓ સામે નિર્ભયતાથી ઊભા રહેવાની ક્ષમતા. જે વ્યક્તિ હિંમતપૂર્વક પોતાના સપનાઓની પાછળ દોડે છે, તે જ જીવનમાં ઊંચી ઉડાન ભરવા સક્ષમ થાય છે.

સફળતા અને નિષ્ફળતા: સિક્કાની બે બાજુઓ

દરેક વ્યક્તિએ જીવનમાં સંઘર્ષનો સામનો કર્યો છે—સગવડભર્યું જીવન હોય કે દુઃખદાયક પરિસ્થિતિ, દરેકે કોઈકવાર પડકારનો સામનો કર્યો જ છે. સફળતા અને નિષ્ફળતા એ જીવનના અભિન્ન ભાગ છે, પરંતુ સાચું વિજેતા એ નથી જે કદી ન પડે, સાચો વિજેતા એ છે જે પડ્યા પછી પણ ફરી ઊભો થઈ આગળ વધે.

કોઈ પણ સફળ વ્યક્તિને જુઓ, તેમણે જીવનમાં ઘણી નિષ્ફળતાઓ જોઈ હશે, પણ તેઓ હિંમતને સાથે રાખીને સતત આગળ વધ્યા છે. સાચી સફળતા એ છે, જે જીવનના પડકારોને સ્વીકારીને, તેને જીતવા માટે સતત પ્રયાસ કરે. નિષ્ફળતા એ અંત નથી, તે એક નવી શરૂઆત માટેનો માર્ગ છે.

સંબંધો અને હિંમતનો મહિમા

આપણા સંબંધો પણ હિંમતની પરિક્ષા લે છે. પરિવાર અને મિત્રોના સાથસંગતથી મળતું સમર્થન આપણું જીવન સમૃદ્ધ બનાવે છે, પણ દરેક સંબંધ સહજ નથી હોતો. કેટલાક સંબંધો માં તફાવત, ગેરસમજ અને સંઘર્ષ હોય છે. સાચા સંબંધોને બચાવવા માટે હિંમત જોઈએ—હિંમત માફી માગવાની, હિંમત ક્ષમા કરવાની, અને હિંમત એકબીજાને સમજવાની.

સંબંધો માત્ર લોહીના સંબંધો સુધી મર્યાદિત નથી, સાચા સંબંધો વિશ્વાસ અને સમર્પણ પર બનેલા હોય છે. કોઈક વ્યક્તિ તમારા માટે ઉભી રહે, તો તે પ્રેમની સાચી પરિભાષા છે. પરિવાર અને મિત્રોને સમજવું, તેમના દુઃખ-સુખમાં ભાગીદાર બનવું—આ બધા માટે પણ હિંમત જોઈએ.

જિંદગીમાં ઉઠવું, આગળ વધવું અને અજવાળાની રાહ જોવી

જ્યારે રાત્રી અંધકારમય હોય, ત્યારે કેવળ એક જ આશા જીવંત રહે છે—સવારની રાહ જોવી. જ્યારે જીવનમાં મુશ્કેલીઓ આવે, ત્યારે હિંમત એ જ પ્રકાશ છે જેનાથી આપણે આગળનો રસ્તો જોઈ શકીએ. દરેક પડકાર, દરેક મુશ્કેલી, દરેક નિષ્ફળતા આપણા માટે એક નવી તક સમાન છે.

"ગીતા" કહે છે કે ઉતાર-ચઢાવ તો જીવનનો અવિભાજ્ય હિસ્સો છે, તમે ઋતુઓને રોકી શકો નહીં, પણ તમે તેની સામે તમારી તૈયારી કરી શકો છો. વિશ્વાસ રાખવો કે દરેક તોફાન એક દિવસ પસાર થઈ જશે, તમે આજે જ્યાં છો, તે જીવનનું અંતિમ બિંદુ નથી, એક નવો આરંભ હંમેશા શક્ય છે.

મોટા સપનાઓ માટે હિંમતની જરૂર પડે છે

કેટલાક લોકો એવા હોય છે, જેમને તેમના સપનાઓ ઊંઘવા નહીં દે, એવા લોકોને ઊંઘવાની જરૂર જ નથી—તેમને માત્ર મહેનત કરવાની જરૂર છે. સાચા ઉદ્યોગ અને સમર્પણથી, કોઈપણ વ્યક્તિ તેના સપનાને સાકાર કરી શકે છે.

દરેક મહાન વ્યક્તિએ ક્યારેય ન ક્યારેય એક સામાન્ય જીવન જીવ્યું છે, પણ તેમની હિંમત અને નિશ્ચયતાએ તેમને અનન્ય બનાવ્યા છે. તમે પણ એજ કરી શકો છો—તમારા સપનાઓ તરફ દોડો, નિષ્ફળતા અને વ્યર્થતાથી ડરો નહીં, તમારું શ્રેષ્ઠ સ્વરૂપ પેદા કરો.

હિંમત અને ધીરજ: સંઘર્ષમાંથી જન્મે છે નવો પ્રકાશ

ક્યારેક એવું બને કે જ્યારે મુશ્કેલી આવે, ત્યારે લાગે કે બધું જ ખતમ થઈ ગયું. સૌથી શક્તિશાળી વ્યક્તિ પણ ક્યારેક એવા પળો અનુભવે, જ્યાં લાગે કે—"હું આ કામ કરી શકતો નથી". પણ એ સમયે હિંમત જ છે જે તમને પાછા લાવે છે. હિંમત એટલે છે—માણસ પોતાને ફરી ઊભા કરે, સમજે કે દરેક તોફાન એક દિવસ દૂર થશે, અને સવારની નવી કિરણ માટે રાહ જોવી જોઈએ.

સત્ય એ છે કે કોઈ મુશ્કેલી કાયમી નથી હોતી. સમયની સાથે બધું બદલાય છે, અને જો તમે ધીરજ અને વિશ્વાસ રાખી શકો, તો જ તમે તમારી જાત માટે નવી તકો સર્જી શકો.

જીવન એક સફર છે: પડકારો સ્વીકારો અને આગળ વધો

જેમ મહાસાગર ક્યારેક શાંત હોય, અને ક્યારેક ગર્જે છે, તેમ જ જીવન છે. આપણે જે ઊંચાઈઓ હાંસલ કરી શકીએ છીએ, તે આપણા પોતાના ધૈર્ય અને હિંમત પર આધાર રાખે છે. દરેક પડકાર તમને કંઈક શીખવાડે છે, દરેક તકલીફ તમને વધુ મજબૂત બનાવે છે, અને દરેક નિષ્ફળતા તમને વધુ સમજદાર બનાવે છે.

તમારા સપનાઓને સાકાર કરવા માટેની મહેનત કરો, તમારું શ્રેષ્ઠ સ્વરૂપ પેદા કરો, હિંમતથી દરેક તોફાનને પાર કરો, અને જ્યારે તમે ઊંચી ઉડાન ભરશો, ત્યારે પછાત જોશો કે તમે કંઈક અદભૂત સિદ્ધિ કરી છે.

જીવનની સફર સીધા પથરાયેલા રસ્તા જેવી નથી હોતી. અનેક વળાંકોની શ્રેણીઓ જેવા હોય છે. તે આપણને ઘણા અનપેક્ષિત સ્થાનોએ પણ લઈ જાય છે. દરેક પગલું ખુલ્લા દિલથી અને બહાદુરીથી સ્વીકારવો જોઈએ. આપણે જાણવું જોઈએ કે આપણને થતો દરેક અનુભવ આપણી વાર્તાને સમૃદ્ધ બનાવતો ગયો છે. એ સમૃદ્ધિ આપણે સમજ્યા જ નથી હોતા. આપણે યાદ રાખવું જોઈએ કે કેટલી વાર પડ્યા એ મહત્ત્વનું નથી, પણ કેટલી વાર પડીને ફરી ઊભા થયા ને આગળ વધ્યા તે વધારે મહત્ત્વનું છે.

"જીવનમાં જીતવા માટે, તમારે હિંમત રાખવી પડશે. પરિસ્થિતિઓને પરાજય માનશો નહીં, એને પડકાર સ્વીકારશો. તમારું શ્રેષ્ઠ સ્વરૂપ બહાર લાવો, કેમ કે જે હિંમત રાખે છે, એ જ ઇતિહાસ રચે છે."

10
વાણી, વિચાર અને પરિણામ

"તમારા શબ્દો ફક્ત અવાજ નથી, તે તમારી ભવિષ્યની ગુંજ છે.
શબ્દો ફક્ત બોલાતા નથી, તેઓ વિચાર અને ભાગ્યને આકાર આપે છે.
સકારાત્મક વિચારો અને સન્માનપૂર્વકની વાણી જીવનમાં ઉન્નતિ અને શાંતિ લાવે છે.
જે વિચારો આપણે પોષીએ છીએ અને જે શબ્દો આપણે બોલીએ છીએ, તે જ આપણા સંજોગોને નિર્માણ કરે છે.
શબ્દો હથિયાર પણ બની શકે અને આશાનું દીપક પણ, તેઓ કેવી રીતે ઉપયોગ થાય છે, એ આપણા હાથમાં છે.
સમજપૂર્વક બોલો, સાવધાનીપૂર્વક વિચારો, અને વિશ્વાસપૂર્વક જીવો—કારણ કે તમારા શબ્દો, વિચારો અને કર્મ જ તમારા જીવનનું પરિબળ ઘડશે."

શાંત ક્ષણોમાં, જ્યારે દુનિયા ધીમી ધીમી ચાલે છે એવું લાગે, ત્યારે આપણે આપણા વિચારો સાથે એકલા હોઈએ છીએ. આપણે પડકારો અને સપનાઓ વિશે વિચારી રહ્યા હોઈએ, ભવિષ્ય માટેનાં નિર્ધારણો કરી રહ્યા હોઈએ, અથવા ભૂતકાળની ક્ષણોમાંથી શીખી રહ્યા હોઈએ. એ સમયે, આપણે એક મહત્વપૂર્ણ તત્ત્વ તરફ ધ્યાન આપવું જોઈએ—શબ્દોની શક્તિ.

શબ્દો માત્ર અવાજ કે કાગળ પરનું લખાણ નથી, તે તો આપણી વાસ્તવિકતાના પાયા છે. તે આપણા દૃષ્ટિકોણને આકાર આપે છે, ભાવનાઓને પ્રભાવિત કરે છે અને અંતે આપણા જીવનમાર્ગને નિર્ધારિત પણ કરે છે. અમે શું બોલીએ છીએ અને કેવી રીતે વિચારીએ છીએ—આ બંને બાબતો એકબીજા સાથે ગાઢ રીતે જોડાયેલી છે. આપણે જે બોલીએ છીએ તે જ આપણા અનુભવો સાથે જોડાય છે, અને જે આપણે અનુભવી રહ્યા હોઈએ, તે જ અંતે આપણા શબ્દોમાં પ્રતિબિંબિત થાય છે.

શબ્દોની ગૂંઝ અને તેનું મહત્ત્વ

કલ્પના કરો કે તમે એક વિશાળ સમુદ્રના કિનારે ઊભા છો. તરંગો અથડાય છે, પલપલ બદલાય છે, છતાં તેમાં એક લય હોય છે. આપણા શબ્દો પણ તરંગો જેવા જ છે—દરેકમાં પોતાની ઊર્જા અને સંભાવના છે. દરેક શબ્દ આપણા જીવનના દૃશ્યને સાકાર કરવાની ક્ષમતા ધરાવે છે.

જ્યારે આપણે નિશ્ચય અને સ્પષ્ટતા સાથે બોલીએ છીએ, ત્યારે તે શબ્દોના સાગરમાં તરંગો વહેતી મૂકવા જેવું છે. તે તરંગો માત્ર આપણને જ નહીં, પણ આપણી આસપાસના લોકો પર પણ અસર કરે છે. સકારાત્મક શબ્દો ઉન્નતિ અને આશાને આવકારે છે, જ્યારે નકારાત્મક શબ્દો વિભાજન અને નિરાશા સર્જી શકે છે.

શબ્દો દ્વારા જીવન પરિવર્તનઃ માયાની પ્રેરણાદાયી વાર્તા

માયા નામની એક યુવાન સ્ત્રીની વાર્તા સાંભળો. તે એક નાના ગામમાં મોટી થઈ હતી. ત્યાં તકો ઓછી હતી અને સપનાઓને કલ્પનાશીલ વિચારો ગણીને બહિષ્કૃત કરવામાં આવતાં હતાં. છતાં, માયાને એક ભેટ મળી હતી. તે અડગ રહીને ખૂબ જ સકારાત્મકતાથી બોલતી હતી. તેના શબ્દો આશા અને ઉત્સાહથી ભરેલા હતા. માત્ર તેના માટે જ નહીં પરંતુ દરેક માટે તેના શબ્દો આશા અને ઉત્સાહ નિર્માણ કરતા હતા. જેમ જેમ તે બોલતી ગઈ, તેમ તેમ તેણે પોતાના અસ્તિત્વમાં પરિવર્તન નોંધ્યું. તેના વિચારો તેના શબ્દો સાથે સંકલિત થતા ગયા અને જીવન પરના તેના દૃષ્ટિકોણને પરિવર્તિત કરતા ગયા.

માયાની યાત્રા એક ઊંડા સત્યને દર્શાવે છે. આપણે શું બોલીએ છીએ તે આપણા વિચારવાની પ્રક્રિયાને પ્રભાવિત કરે છે. આપણા વિચારો આપણા

મનની ફળદ્રુપ જમીનમાં વાવેલાં બીજ જેવા છે. સકારાત્મક શબ્દોને પોષણ આપવાથી એ બીજ મજબૂત માન્યતાઓ બની વિકસે છે જે આપણી ક્રિયાઓ અને નિર્ણયોને માર્ગદર્શન આપે છે. બીજી તરફ, લોકો જ્યારે પોતાના ભાષણમાં નકારાત્મક શબ્દોને હાવી થવા દે છે ત્યારે હકીકતે તેઓ શંકા અને ભય વાવતા હોય છે અને તે ભય આપણી વૃદ્ધિ અને સંભવિતતાને અટકાવે છે.

ભાષણ અને વિચાર વચ્ચેનો સંબંધ માત્ર કથાત્મક નથી. તેનાં મૂળ માનસશાસ્ત્રમાં પડેલાં છે. અભ્યાસે બતાવ્યું છે કે આપણે જે ભાષા ઉપયોગમાં લઈએ છીએ તે જ્ઞાનની પ્રક્રિયાઓને તથા ભાવનાત્મક પ્રતિસાદોને આકાર આપે છે. સકારાત્મક રીતે બોલવાનું પસંદ કરીને આપણે આપણા મગજની મર્યાદાઓ કરતાં સંભાવનાઓ પર વધારે ધ્યાન કેન્દ્રિત કરી શકીએ છીએ અને તે વડે આપણા દૃષ્ટિકોણમાં પણ સકારાત્મકતા લાવી શકીએ છીએ. દૃષ્ટિકોણમાં આ ફેરફાર નવી તકોના દરવાજા ખોલે છે અને પડકારોનો સામનો કરવા જે લવચીકતાની આવશ્યકતા હોય છે તે પૂરી પાડે છે.

જેમ જેમ માયાએ પોતાના શબ્દોની શક્તિનો ઉપયોગ કરવાનું ચાલુ રાખ્યું તેમ તેમ તેણે પોતાના જીવનમાં નોંધપાત્ર ફેરફારો જોયા. તકો પોતાને રજૂ કરવા લાગી. જે દરવાજા એક વખત બંધ કરી દેવામાં આવ્યા હતા તે સરળતાથી ખૂલવા લાગ્યા. તેના સંબંધો ફૂલ જેવા ખીલવા લાગ્યા. કારણ કે, ઊર્જા સમાન તેની સકારાત્મક વિચારધારા બીજી વ્યક્તિઓને આકર્ષવા લાગી અને તે સૌ ભવિષ્ય માટેની પોતપોતાની દૃષ્ટિ વહેંચવા માંડ્યા. માયાની વાર્તા ભાષણને વિચાર સાથે સંકલિત કરવાની રૂપાંતરકારી શક્તિની સાક્ષી છે, પુરાવો છે.

આ સંકલનનું પરિણામ આશ્ચર્યથી ઓછું નથી ! અમારા કથન સાથે અમારા વિચારો જ્યારે સંકળાય છે ત્યારે જે ગુંજન થાય છે તે એક સુમેળભરી સંગીતરચના બને છે, જે અમને અમારાં લક્ષ્યો તરફ આગળ વધવા પ્રેરે છે. અમારી ક્રિયાઓ હેતુપૂર્ણ બની જાય છે. તેને લીધે જ શું શક્ય છે તે તરફ જોવાનો અમને સ્પષ્ટ દૃષ્ટિકોણ પ્રાપ્ત થાય છે. આવું થાય ત્યારે આપણે પોતે આપણા ભાગ્યના સ્થાપક બની જઈએ છીએ. પછી જે જીવનનું નિર્માણ થાય છે તે સૌથી ઊંડાં મૂલ્યો અને આશાઓને પ્રતિબિંબિત કરે છે.

માનસશાસ્ત્ર અને શબ્દોની અસર

આ સંસારમાં બે પ્રકારની વ્યક્તિ હોય છે. એક સરળ અને બીજી જટિલ. સરળ વ્યક્તિને આ દુનિયામાં દુર્લભ માનવામાં આવે છે. આપણે જોઈએ છીએ કે પાણી પણ બહુ સરળ હોય છે. વાયુ પણ સરળ હોય છે. જ્યાં દિશા મળે ત્યાં વહી જતાં તત્ત્વો છે આ. તેમને જે આકાર આપો તે આકાર ધારણ કરી લે છે. પરંતુ જ્યારે

પોતાના અસ્તિત્વ પર પ્રશ્ન આવે ત્યારે શું થાય છે તે જાણો છો? ત્યારે પાણી ધારા અને ધારામાંથી પ્રપાત બની જાય છે. મોટામાં મોટી ચટ્ટાનોને તે તોડી નાખે છે. વાયુ ચક્રવાત બની જાય છે. સંસારમાં વિનાશ લાવી શકે એટલો પ્રચંડ વેગ ધારણ કરી લે છે. હું માનું છું કે જે વ્યક્તિ સરળ છે તેનો આદર કરવો જોઈએ. તેને સન્માન અને પ્રેમ આપવાં જોઈએ.

પ્રેમ શું છે? પ્રેમીને છોડી શકાય, પરંતુ તેની વાતોને ભૂલી શકાતી નથી. ગોપીઓ કહે છે કે કાનુડો છૂટી શકે પરંતુ તેની કથા ન છૂટે. કાનુડાની વાતો સાંભળ્યા વગર ગોપીઓને મન જીવવું મુશ્કેલ છે. ભગવાને આપણને જોવા માટે બે આંખો આપી છે, સાંભળવા માટે બે કાન આપ્યા છે, બોલવા માટે એક જીભ અને જીભની રક્ષા માટે મજબૂત દાંત આપ્યા છે. કેમ? કારણ કે, શબ્દો માણસનું સૌથી મોટું શસ્ત્ર છે, માટે શબ્દનો ઉપયોગ સમજપૂર્વક કરવો જોઈએ. શબ્દ જ મનુષ્યને જીવનમાં આગળ વધારે છે.

મનન, ચિંતન અને શ્રવણ: જીવનનો ત્રણ તત્વો

તો, શું સમજવું, શું સાંભળવું, શું જોવું અને શું બોલવું – આ બધી બાબતો પ્રતિ સતત સભાન રહેવું જોઈએ. હું તમને એક પ્રશ્ન પૂછું છું : શું તમે ધાર્મિક ઉપવાસ કરો છો? 2024માં જો તમારે ઉપવાસ કરવો હોય તો એક દિવસ સ્માર્ટ ફોન, Instagram, WhatsApp, Facebook, Twitter, Snapchat અને Google વગર પસાર કરો. આપણે બિનજરૂરી વસ્તુઓમાં કેટલા ઊંડાં ઊતરી ગયા છીએ કે તેની આપણને ખબર જ નથી !

જ્યારે આપણે કોઈ કાર્ય પૂર્ણ કરવાનું હોય ત્યારે આપણને પોતાનામાં શ્રદ્ધા અને વિશ્વાસના દર્શન થાય છે અને જ્યારે સફળતા મળે ત્યારે આપણે એવું કહેવું-માનવું જોઈએ કે, 'મેં કંઈ જ નથી કર્યું; બધું જ મારા પરિવારના સહકારથી થયું છે.' આ જ જીવનની સાર્થકતા દર્શાવે છે. અને જ્યારે નિષ્ફળતા આવે ત્યારે માનવું કે, 'આ ભગવાનની મરજીથી થયું'. આવા વિચાર આપણે સતત રાખવા જોઈએ.

આપણા જીવનમાં ત્રણ મહત્ત્વપૂર્ણ બાબતો હોય છે : શ્રવણ, ચિંતન અને મનન.

શ્રવણ : દરેકને સાંભળવું બહુ જ મહત્ત્વપૂર્ણ છે. ભગવાને આપણને એક મોઢું અને બે કાન એટલે આપ્યાં છે કે આપણે વધારે સાંભળીએ અને ઓછું બોલીએ.

ચિંતન : સાંભળ્યા પછી તેના પર વિચાર કરવો આવશ્યક છે. વિચાર કરવા માટે ભગવાને આપણને બુદ્ધિ આપી છે, તેનો સંપૂર્ણ ઉપયોગ કરવો જોઈએ.

મનન : જે શીખીએ તેને જીવનમાં ઉતારવું જોઈએ.

આ બધી ભગવાને આપેલી કિંમતી ભેટ છે જેને આપણે સાચવવી જોઈએ.

આત્મ-અન્વેષણ અને વૃદ્ધિની આ યાત્રામાં, શબ્દોની પસંદગી બાબતે સચેત રહેવું આવશ્યક છે. ચાલો, નિશ્ચય સાથે, એમ જાણીને બોલીએ કે આપણા દરેક શબ્દ આપણી વાસ્તવિકતાને આકાર આપવાની સંભાવના ધરાવે છે. ચાલો, સ્પષ્ટતાથી વિચારીએ અને સકારાત્મક વિચારો આપણને સંતોષજનક પરિણામો તરફ લઈ જાય એવી મંજૂરી આપીએ. અને ચાલો આપણામાં રહેલી શક્તિઓને સ્વીકારી લઈએ કે આપણે આપણા જીવનને ફક્ત સફળ જ નહીં પરંતુ અર્થપૂર્ણ પણ બનાવી શકીએ છીએ.

જ્યારે તમે તમારા પોતાના જીવન વિશે વિચારો છો ત્યારે રોજિંદા ઉપયોગમાં લેવાતા શબ્દોને ધ્યાનમાં લો છો? શું તમે વિચારો છો કે એ શબ્દો તમને જીવનમાં ઊંચા ઉઠાવી રહ્યા છે કે નીચે લઈ જઈ રહ્યા છે? શું તમારા સાચા ઇરાદાઓ સાથે એ શબ્દોનો સુમેળ સધાય છે? યાદ રાખો કે તમે કોઈપણ ક્ષણે તમારી વાર્તાને બદલવાની શક્તિ ધરાવો છો. હેતુપૂર્વક અને વિશ્વાસપૂર્વક વિચારીને તમે તમારી અંદરથી તમારી દુનિયાને રૂપાંતરિત કરી શકો છો.

"તમારા શબ્દો તમારી સંભાવનાઓનું પ્રતિબિંબ છે. જે તમે બોલો છો, તે તમારું ભવિષ્ય નિર્ધારિત કરે છે. તેથી, સાવધાનીપૂર્વક બોલો, નિશ્ચયપૂર્વક વિચારો, અને તમારા જીવનને શ્રેષ્ઠ બનાવવાનો એક પણ અવસર ન ગુમાવો."

11

સંસ્કાર : સફળતા અને સિદ્ધિનો આધાર

"સંસ્કાર ફક્ત પરંપરા નથી, તે સફળતા અને સિદ્ધિ માટેનો સજાગ માર્ગદર્શક છે.

જીવનની સાચી ઊંચાઈ માત્ર સિદ્ધિઓમાં નહીં, પણ જીવનભર સંસ્કાર અને મૂલ્યોને જાળવી રાખવામાં છે.

સફળતા ફક્ત લક્ષ્યો હાંસલ કરવાથી નહીં, પણ તે મેળવવાના માર્ગમાં નૈતિકતા અને પ્રામાણિકતા જાળવી રાખવાથી મળે.

સાચી સિદ્ધિ એ છે કે જ્યારે તમારું વ્યક્તિત્વ અને સંસ્કાર, તમારાં કાર્યોમાં પ્રતિબિંબિત થાય.

સંસ્કાર વ્યક્તિને દરેક સંજોગમાં મજબૂત અને શિસ્તબદ્ધ રાખે છે.

તમારા સંસ્કાર અને મૂલ્યો એ તમારું પરિભાષિત ભવિષ્ય છે—જેમાં ટકાઉ સફળતા હંમેશા અખંડતા અને પ્રામાણિકતાની જ પાયામાં ઉગી નીકળે છે."

જન્મતાંની સાથે જ જીવનની યાત્રાનો આરંભ થાય છે અને મૃત્યુ એ યાત્રાનો એક અંતિમ તબક્કો છે. આ આખી યાત્રાની સફળતા કે નિષ્ફળતા માત્ર હાંસલ કરેલી સિદ્ધિઓથી નક્કી થતી નથી, પણ તે જીવનમાં અનુભવી શકેલી સંતોષપૂર્ણ ક્ષણો અને આપણા જીવનના સાચા હેતુને ઓળખી શક્યા કે નહીં—તે પર આધાર રાખે છે.

જીવનમાં બધું જ પ્રાપ્ત કર્યા પછી પણ જો સંતોષ અને સાર્થકતા ન મળ્યે, તો તે હાંસલ કરેલી દરેક વસ્તુ નિરર્થક બની જાય છે. આ જ સાચા સંતોષની પ્રાપ્તિ માટે, એક સાચા માર્ગદર્શકની કે એવા મૂલ્યોની જરૂર હોય છે, જે આ જીવનયાત્રામાં આપણું માર્ગદર્શન કરી શકે.

શાંત પળોમાં મળતી સાબિતી

શાંત પળોમાં, જ્યારે દુનિયા થોભી જાય અને દૈનિક જીવનનો શોરગુલ શાંત થઈ જાય, ત્યારે આપણે આપણી અંદર ઝંખી શકીએ છીએ. અમુક લોકો જીવનમાં મહાનતાની ઊંચાઈઓ સુધી પહોંચે છે, જ્યારે કેટલાક સામાન્ય જ રહી જાય છે. શા માટે? આનો જવાબ આપણા મૂલ્યોમાં છુપાયેલો છે.

મૂલ્યો માત્ર વિચારો નથી, તે જીવન માટેનું દિશાસૂચક યંત્ર છે, જે આપણને યોગ્ય દિશામાં આગળ વધવા પ્રેરે છે. અખંડતા, ધીરજ, દયા અને પ્રામાણિકતા—આવા મૂલ્યો આપણા નિર્ણયો અને જીવનમાર્ગ નક્કી કરે છે.

ઇલારાની વાર્તા: એક પ્રેરણાદાયી યાત્રા

ઇલારા નામની એક યુવાન સ્ત્રીની વાત કરીએ. એવી સ્ત્રી જે તેના જીવનના ચોરાહે ઊભી છે. સપનાઓ અને આશાઓથી ભરેલી છે. પરંતુ કયા માર્ગે જવું તે અંગે અનિશ્ચિત છે. તે દુનિયામાં ફેરફાર કરવા માંગે છે, પોતાના કાર્યમાં સંતોષ મેળવવા માંગે છે અને અર્થપૂર્ણ સંબંધો બનાવવા માંગે છે. પરંતુ તે સમજતી હતી કે મૂલ્યોના મજબૂત પાયા વિના, તેની યાત્રા ભટકી શકે છે.

મૂલ્ય માત્ર વિચાર નથી, તે તો એવું દિશાસૂચક યંત્ર છે જે આપણને જીવનના અજાણ્યા રસ્તાઓ પર ચાલવાની દિશા બતાવે છે. ઇલારા માટે, અખંડતા જ તેની માર્ગદર્શક બને છે. તે સમજતી હતી કે ખોટ અથવા સમજૂતીને આધારે મેળવેલી સફળતા ખોખલી હોય છે. અખંડતાને માર્ગદર્શક બનાવીને તે પોતાના તમામ પ્રયાસોમાં પ્રામાણિકતા અને પારદર્શિતા લાવીને પ્રતિબદ્ધતા ધારણ કરે છે. આ પ્રતિબદ્ધતા તેને આસપાસના લોકોનો વિશ્વાસ અને સન્માન મેળવી આપે છે.

જ્યારે ઇલારા તેના વ્યવસાયમાં આગળ વધે છે, ત્યારે તે પડકારોનો સામનો કરે છે. આ પડકારો તેની મજબૂતીની કસોટી કરે છે. જ્યારે કોઈ ટૂંકા રસ્તા અપનાવવાની લાલચ આપે ત્યારે પણ તે પોતાનાં મૂલ્યોમાં અડગ રહે છે. તે

સમજતી હતી કે સાચી સિદ્ધિ પુરસ્કાર કે સંપત્તિથી માપવામાં નથી આવતી, તે તો પ્રામાણિકતાથી માપવામાં આવે છે. પોતાનાં મૂલ્યોમાં પ્રામાણિક રહેવામાં જ સાચી સિદ્ધિ રહેલી છે.

અખંડતા ઉપરાંત ઇલારા ધીરજના મૂલ્યને પણ સ્વીકારે છે. તે જાણે છે કે સફળતાનો માર્ગ સરળ નથી. અવરોધો અને વિઘ્નોથી તે ભરેલો છે. જોકે, પડકારોને તે વૃદ્ધિના અવસર તરીકે જૂએ છે. દરેક નિષ્ફળતા તેની માટે એક પાઠ બની રહે છે અને દરેક વિઘ્ન લવચિકતા તરફ જવા માટેનું એક પગથિયું બને છે.

દયા પણ ઇલારાનાં મૂલ્યોમાં સ્થાન મેળવી રહ્યું હતું. તે સમજતી હતી કે સફળતા માત્ર વ્યક્તિગત લાભ વિશેની વાત નથી. આ માર્ગે તો અન્ય લોકોને પણ ઊંચા લાવી શકાય છે. તેની આસપાસના લોકો માટેની સહાનુભૂતિ, સહયોગ અને સ્પર્ધાથી તે પોતે વધુ ખીલી શકે છે તેની જાણ સાથે તે સમુદાયોને સહાય કરતી રહે છે અને પ્રોત્સાહન આપીને મેળવતી રહે છે.

વર્ષો પછી જ્યારે ઇલારા પોતાની યાત્રા પર વિચાર કરે છે ત્યારે તેને સમજાય છે કે તેણે કેળવેલાં મૂલ્યો જ તેની સફળતાના પાયામાં હતાં. તેના પર ઊભા રહીને જ તેણે એવી સિદ્ધિ મેળવી હતી જે મજબૂત રીતે ટકી રહી હતી. મૂલ્યો જ અંધકાર અને શંકાની ક્ષણોમાં તેના માર્ગદર્શક બની પ્રકાશ તરફ ધકેલતાં રહ્યાં હતાં.

મૂલ્યો સામે પડકાર અને નિશ્ચયતાનું મક્કમ વલણ

જેમ જેમ ઇલારા તેના કારકિર્દીમાં આગળ વધી, તેમ તેને અનેક પડકારોનો સામનો કરવો પડ્યો. કેટલાક લાલચ આપી ટૂંકા રસ્તા અપનાવવા પ્રેરતા, જ્યારે કેટલીક પરિસ્થિતિઓ તેનાં મૂલ્યોની કસોટી લેતી. પરંતુ તે હંમેશા પોતાના મૂલ્યો પર અડગ રહી.

તે સમજી ગઈ હતી કે સાચી સિદ્ધિ ગૌરવ અને સંપત્તિથી માપાતી નથી, પણ તે વ્યક્તિએ કેટલું પ્રામાણિક અને સમર્પિત જીવન જીવ્યું છે તેનાથી માપાય છે.

તેણે જાણી લીધું હતું કે જીવનમાં દબાણ કે આકર્ષણોના કારણે જો મૂલ્યોમાં ઢીલા પડી જવાય, તો સફળતા તાત્કાલિક મળી શકે, પણ તે લાંબો સમય ટકી શકતી નથી.

સફળતા, પ્રેરણા અને જીવનનો સાચો અર્થ

સફળતા હંમેશા સહેલી નથી હોતું, પણ જો જીવનમાંથી પ્રેરણા લેવામાં આવે, તો તે પ્રાપ્ત કરવું વધુ સરળ બને છે. પ્રેરણા આપણને જીવનમાં આગળ વધવા માટે શ્રેષ્ઠ દિશા આપે છે.

સફળતા માટેનો માર્ગ મહેનત અને નિષ્ઠાથી ભરેલો હોય છે, પણ જો આપણા મૂલ્યો મજબૂત હોય, તો તે દરેક અવરોધ માટે માર્ગદર્શક બની શકે. મૂલ્યો એ છે જે આપણા જીવનનું સાચું મૂલ્ય નક્કી કરે છે. સફળતા એ છે કે આપણે માત્ર આપણું જીવન બદલવાનું શીખીએ નહીં, પણ આસપાસની દુનિયામાં પણ હકારાત્મક અસર છોડી શકીએ.

સફળતા મેળવવી ક્યારેય સહેલી નથી હોતી. પરંતુ જો જીવનમાંથી પ્રેરણા લેવામાં આવે તો સફળતા મેળવવામાં મદદ મળે છે. જીવનમાંથી પ્રેરણા લેવી બહુ મહત્ત્વપૂર્ણ બાબત છે. આ પ્રેરણા આપણા ગુરુ પણ હોઈ શકે અને વિશ્વાસુ મિત્ર પણ હોઈ શકે. એમાં પણ જો મદદની જરૂર પડે તો મદદ માંગતા આપણે ખચકાવું ન જોઈએ કારણ કે, મદદથી માર્ગ મળે છે અને તે પણ સફળતાની પ્રાપ્તિમાં ભાગ ભજવે છે. આપણામાં જો સાચી ભાવના અને પ્રાર્થના હશે તો સફળતા ચોક્કસ મળશે. જો ક્યારેક આપણે ઉપેક્ષાનો સામનો કરવો પડે કે ક્યારેક મનઃદુઃખ થાય તો પણ તેની પરવા કર્યા વિના કે કોઈપણ પ્રતિક્રિયા આપ્યા વિના આગળ વધતાં રહેવું જોઈએ.

"તમારા મૂલ્યો એ તમારી જીવનયાત્રાની દિશા નક્કી કરે છે. પ્રામાણિકતા અને અખંડતા પર ઊભેલું જીવન હંમેશા સાચા અર્થમાં વિજેતા બનશે. તમે જે પણ હાંસલ કરો, જો તે મૂલ્યો પર આધારિત છે, તો તે કદી નાશ પામશે નહીં."

12
પરિવાર

"પરિવાર ફક્ત લોહીથી જોડાયેલા સંબંધો નથી, તે પ્રેમ, સહાનુભૂતિ અને
એકતાનો સંકલ્પ છે.
પરિવાર એ એક આશરો છે, જ્યાં વિશ્વાસ જન્મે છે, અને જીવનના
ઉતાર-ચઢાવમાં અડીખમ સપોર્ટ મળે છે.
સાચા સંબંધો સગવડો કે હિતોથી બંધાતા નથી, તે નિષ્ઠા, સહકાર અને
નિસ્વાર્થ પ્રેમથી વિકસે છે.
જ્યાં પરિવાર એકસાથે ઊભો રહે, ત્યાં કોઈ તોફાન પણ બંધન તોડી શકતું
નથી.
પરિવાર ફક્ત ઘરમાં રહેતા લોકો નહીં, તે એકબીજાના સપનાઓ અને
સંઘર્ષમાં સહભાગી બનતા જીવનસાથી છે.
કુટુંબ એ છે જ્યાં જીવન શરૂ થાય છે અને પ્રેમ કદી સમાપ્ત થતો નથી.
એકબીજાને સમજવી, સહારો આપવો અને નિઃસ્વાર્થ પ્રેમ કરવો—આ જ
પરિપૂર્ણ પરિવારનું સાચું પરિભાષિત રૂપ છે."

કુટુંબ: પરસ્પર પ્રેમ, સમજૂતી અને એકતાનો સ્તંભ

ભગવાન આપણને શીખવે છે કે આ સંસાર સુખ અને દુઃખનો વિશાળ દરિયો છે. આ દરિયાને પાર કરવા માટે, જેમ નાવિક હલેસા મારે છે, તેમ આપણને પણ પરસ્પર પ્રેમ, સહાનુભૂતિ અને સમજૂતી કેળવીને જીવનના પડકારોને પાર કરવાનું છે.

સમય અને સંજોગો પરિવર્તનશીલ છે, પણ જે વસ્તુ હંમેશા સ્થિર છે તે છે—પરિવાર. પરિવાર એ એક એવી સંસ્થા છે, જે દરેક માટે એક આશરો, સહયોગ અને આશાનું સ્રોત બની રહે છે. પરિવાર જ તે જગ્યા છે, જ્યાં આપણે પહેલું પગલું ભરવાનું શીખીએ છીએ, જ્યાં આપણું સ્વરુપ ઘડાય છે, અને જ્યાંથી આપણે જીવનની જટિલતાઓને પાર કરવા માટેની શક્તિ પ્રાપ્ત કરીએ છીએ.

પ્રેરણાનું બળ અને સંબંધોની પરખ

જ્યારે જીવનમાં તમને તમારા પરિવાર કે વિશ્વાસુ વ્યક્તિ પાસેથી પ્રેરણારુપી બળ મળે, ત્યારે તમે તમારા તમામ ધ્યેયો હાંસલ કરી શકો છો. પ્રેરણા એ જ છે જે વ્યક્તિને પોતાના મર્યાદાને પાળીને એક ઊંચા શિખર સુધી પહોંચાડી શકે છે.

પરિવારમાં એકબીજા માટે કરેલી સજ્જનતા અને નિષ્ઠા એ સંબંધોની સાચી કસોટી છે. સાચો પ્રેમ એ નથી કે કોઈ વ્યક્તિ આપણાથી શું અપેક્ષા રાખે છે, પણ એ છે કે તેઓ અમારા માટે શું કરે છે અને આપણે તેમને કેવી રીતે ઓળખી શકીએ. પ્રેમ માત્ર એક લાગણી નથી, તે એક નીતિ છે, એક કર્તવ્ય છે, જે નિઃસ્વાર્થભાવથી જીવાય છે.

કુટુંબમાં પડકારો અને સહકાર

પરિવારમાં અસંતોષ અને સમસ્યાઓ થવી સ્વાભાવિક છે. કેટલાક સંબંધો નાની-નાની તકોને મોટાં મતભેદોમાં પરિવર્તિત કરી દે છે, જેના કારણે ક્યારેક પતિ-પત્ની, સાસુ-વહુ, માતા-પિતા અને પુત્ર વચ્ચે મનમટાવ થઈ શકે. પરંતુ આવા સંજોગોમાં સંયમ અને ધીરજનું મહત્વ સમજીને, નાતાને મજબૂત બનાવવાના પ્રયત્નો કરવાની જરૂર હોય છે.

ભગવાન રામે 14 વર્ષનો વનવાસ સહન કર્યો હતો, અને તે પણ ધીરજથી. એમાંથી આપણું જીવનપાઠ એ છે કે દુઃખ તો દરેકના જીવનમાં હોય જ છે, પરંતુ કુટુંબની સાચી ભાવના એ છે કે ભલે માનસિક વલણ જુદાં હોય, તણાવ હોય, પણ અંતે પરિવાર એકસાથે જ રહે.

એક છત નીચે બે કે વધુ પેઢીઓ સાથે જીવવું એક કળા છે, અને જે આ કળાને સમજે છે, તે જીવનમાં પરિવારનું સાચું મૂલ્ય ઓળખી શકે છે. આજની દુનિયામાં દરેક વ્યક્તિ પોતાના કારકિર્દી અને જીવનશૈલીમાં વ્યસ્ત બની ગઈ છે, પણ આ

વ્યસ્તતાએ પરિવારમાં સંબંધોની નજીકતાને દૂરીમાં બદલવી ન જોઈએ.

સંબંધોની સત્યતા અને કુટુંબનું મહત્વ

આજકાલની દુનિયામાં સંબંધો તકવાદી અને ટકાઉપણાવાળા બની રહ્યા છે. આખું જીવન સાથે જીવવાની પ્રતિજ્ઞા લેતા લોકો આજે સહજતાથી સંબંધો તોડી શકે છે. પરંતુ, જ્યારે કોઈ વ્યક્તિ એવી હોય કે જે પોતાના પરિવાર માટે પોતાનું ઘર પણ છોડવા તૈયાર થાય, અને પરિવારના બધા સભ્યો પણ તેની સાથે ઊભા રહેવા તૈયાર થાય, ત્યારે સમજવું જોઈએ કે એ સંબંધો પ્રેમ અને સમર્પણથી ભરપૂર છે.

એક આદર્શ નારી જ્યારે પરિવારને એકસાથે રાખે છે, ત્યારે તે માત્ર સંબંધો જ નહીં, પણ સંપૂર્ણ પરિવારમાં પ્રેમ અને સમજૂતીનું એક મજબૂત તંત્ર ઊભું કરે છે. આવા નેતૃત્વના ગુણો પરિવારના દરેક સભ્યને સુખી અને સમૃદ્ધ બનાવે છે.

કુટુંબ: એક સુરક્ષિત આશરો અને જીવનનો આધારસ્તંભ

કુટુંબ એ માત્ર એક સંબંધોની સાંકળ નથી, તે જીવનની સૌથી મહત્ત્વની પ્રણાલી છે, જ્યાં આપણે જ્ઞાન, લવચીકતા, પ્રેમ અને માનવતાના સૌંદર્યને શીખીએ છીએ. કુટુંબ એ આપણું પહેલું નેટવર્ક છે, જે આપણું જીવન ઘડે છે, જે આપણું ભવિષ્ય નિર્માણ કરે છે.

એક નાનકડા બાળકની કલ્પના કરો, જે તેનું પ્રથમ પગલું ભરે છે—ડગમગતું અને અનિશ્ચિત. તે આસપાસના પ્રેમભર્યા અવાજો અને ફેલાવેલા હાથોથી ઘેરાયેલું હોય છે. જ્યારે તે પડી જાય, ત્યારે એને ઉંચકવા કેટલાય હાથ તૈયાર રહે છે.

આ દૃશ્ય એ જ કુટુંબનું દર્શન છે—એક સુરક્ષિત આશરો, જ્યાં પ્રેમ અને સમજૂતીનો શાસ્ત્ર શીખવવામાં આવે છે. કુટુંબ એ છે જ્યાં આપણે શાબ્દિક અને ભાવનાત્મક રીતે જીવવાનું શીખીએ છીએ.

કુટુંબ: એકતાનો પાયો અને જીવનનું મહત્વપૂર્ણ તત્વ

જ્યારે દુનિયા ભયાનક લાગે, જ્યારે અનિશ્ચિતતા સતત વધી જાય, ત્યારે કુટુંબ જ એ સ્થળ છે, જ્યાં શાંતિ મળે છે. કુટુંબ એ જ તે પવિત્ર જગ્યા છે, જ્યાં સ્વીકાર અને સમજણ મળે છે. તમે જે હોવ તે સ્વીકારાય છે, કારણ કે કુટુંબ પ્રેમ અને સમજૂતી પર આધાર રાખે છે.

જ્યારે આપણે એકબીજાની ગેરસમજ અને તણાવને દૂર કરી શકીએ, ત્યારે કુટુંબ વધુ મજબૂત બને છે. સાચા સંબંધો માત્ર સુખમાં નહીં, પણ કપરા સંજોગોમાં પણ પરખાય છે.

જીવન અને પરિવાર: એક સાથીદારની યાત્રા

જીવન જ્યારે કપરા પડકારો ફેંકે છે, ત્યારે કુટુંબ એ એક સહાયક સ્તંભ બની રહે છે. આ કુટુંબમાં જ આપણું શિક્ષણ, ઉત્સાહ અને સમર્થન રહેલું હોય છે. જ્યાં અન્ય સંબંધો વ્યાવસાયિક કે સામાજિક હોઈ શકે, ત્યાં કુટુંબ એ એક શ્રેષ્ઠ સાથી છે, જે જીવનભર આપણું સમર્થન કરે છે.

પરિવાર અને સંબંધોની સાચી કસોટી મુશ્કેલીઓમાં થાય છે. જ્યાં દુનિયા દોરી વાળી લે છે, ત્યાં કુટુંબ એ છે, જે હંમેશા તમારી સાથે ઊભું રહે છે.

નિષ્કર્ષ: કુટુંબ, પ્રેમ અને જીવનની સમૃદ્ધિ

પરિવાર એ છે જ્યાં સંબંધોની સાચી ઉજવણી થાય છે. તે તમારી સફળતા માટે હંમેશા ઉત્સવ કરે છે, અને તમારી મુશ્કેલીઓમાં તમને હિંમત આપે છે. કુટુંબ એ છે જ્યાં ભેગાં થયેલા હાસ્ય અને વહેંચાયેલી આંખોની ભીની પળો પ્રેમ અને સહાનુભૂતિનું પ્રતિબિંબ છે.

પરિવાર એ સહકારનું એક એવું તંત્ર છે, જ્યાં પ્રેમ, સમજણ અને એકતાથી જીવન ઉજ્જવળ બની શકે. આપણે જે રીતે આપણા પરિવાર સાથે જીવીએ છીએ, તે જ રીતે સમગ્ર સમાજમાં શાંતિ અને સમૃદ્ધિ ફેલાવી શકીએ.

"કુટુંબ એ તમારું પહેલું અને સૌથી મહત્વપૂર્ણ શિક્ષણ સ્થાન છે. જ્યાં તમે પ્રેમ, સહાનુભૂતિ, અને એકતાના ધોરણ શીખો છો. આ સંબંધોને સાચવજો, કેમ કે જ્યારે વિશ્વ તમારી સામે તોફાન લાવે, ત્યારે કુટુંબ જ એ છે, જે તમારું નાવ ઉંચા દરિયાની તરંગો સામે તકે છે."

13
કર્મનો સિદ્ધાંત

"જીવન એક સઘન સફર છે, જ્યાં દરેક અનુભવોનો અર્થ છે. સફળતા કે નિષ્ફળતા, આનંદ કે દુ:ખ—દરેક ઘટનાઓ જીવનના ગૂઢ પાઠ છે, જે અંતે આપણા ભવિષ્યને સંવારે છે.

સાચું શાંત મન એ છે, જે પરિસ્થિતિઓને બદલવાના પ્રયાસ સાથે, જે બદલાવી ન શકાય તે સ્વીકારવાની શક્તિ પણ ધરાવે. જીવનની કસોટી પરિણામોથી નહીં, પણ તેને સ્વીકારવાની હિંમતથી મપાય છે.

સફળતા ફક્ત પરિશ્રમમાં નથી, તે માનસિક શાંતિ અને સ્વીકારની શક્તિમાં પણ છે. જે મળે તેને પ્રેમથી અપનાવી, જે નથી મળતું તેની વ્યથા રાખ્યા વિના, જે છે તેને શ્રેષ્ઠ બનાવવા પ્રયત્ન કરવો—આ જ જીવનનો સાચો આધાર છે.

કર્મ કરો, પરંતુ પરિણામથી જોડાયેલા ન રહો. વિશ્વાસ રાખો કે, જે કંઈ થાય છે તે હંમેશા શ્રેષ્ઠ માટે જ થાય છે."

જીવનનો સાચો સ્વીકાર એટલે જે મળે તેને સ્વીકારવું, પ્રક્રિયા અને પ્રયત્ન પર ધ્યાન કેન્દ્રિત કરવું અને વિશ્વાસ કરવો કે બધું સારાં કારણ માટે થાય છે. જે જીવનને સાચી સમજથી જીવે છે, તે જાણે છે કે જીવન માત્ર પરિસ્થિતિઓ પર નિયંત્રણ રાખવાનો પ્રયાસ નથી, પણ જે મળે છે તેને સંપૂર્ણ સ્વીકારવાનો એક સુંદર પ્રવાસ છે.

સ્વીકાર: જીવનની પરિપ્રેક્ષ્યમાં એક પવિત્ર તત્વ

ભગવાન આપણને શીખવે છે કે સંસાર સુખ અને દુઃખનો વિશાળ દરિયો છે. આ દરિયાને પાર કરવા માટે, જેમ નાવિક હલેસા મારે છે, તેમ આપણે પણ હેત, સમજૂતી અને ધીરજ સાથે જીવનના તમામ પડકારોને પાર કરવાના છે.

જ્યારે આપણું ઇચ્છિત પરિણામ પ્રાપ્ત ન થાય, ત્યારે સ્વીકાર એ છે કે—સમયની સાથે બધું બદલાય છે, અને ક્યારેક જે દેખીતી રીતે અશક્ય લાગે છે, તે આપણું ભવિષ્ય વધુ સકારાત્મક બનાવવાની તૈયારી કરી રહ્યું હોય છે. એકવાર નકારાત્મકતા છોડીને સ્વીકારની દૃષ્ટિ અપનાવીએ, ત્યારે આપણે જીવનના દરિયાને સરળતાથી પાર કરી શકીએ.

દ્રાક્ષ અને રાજાની વાર્તા: સ્વીકાર અને ભગવાનની કૃપા

એક રાજાનો ફળોનો વિશાળ બગીચો હતો. એમાં જુદા-જુદા પ્રકારનાં ફળો થતાં હતાં. એ બગીચાની દેખરેખ એક ખેડૂત અને તેનું પરિવાર કરતું હતું. તે ખેડૂત દરરોજ સાંજે ફળ તોડીને રાજા માટે લઈ જતો હતો.

એક દિવસ ખેડૂતે બગીચામાં જોયું તો નાળિયેર, જમરૂખ, સફરજન, દ્રાક્ષ—બધાં જ ફળ પાકી ગયાં હતાં. ખેડૂતને વિચાર આવ્યો કે કયું ફળ રાજા માટે લઈ જવું જોઈએ? એ સમજવાનું મુશ્કેલ બન્યું. કોણ જાણે એના મનમાં શું સૂઝ્યું કે તેણે ફક્ત દ્રાક્ષની ટોપલી ભરી અને રાજાના મહેલ તરફ ચાલવા લાગ્યો.

રસ્તામાં જતો જતો, ખેડૂત વિચારતો રહ્યો કે તેણે ફક્ત દ્રાક્ષ જ કેમ લીધી? સફરજન કે બીજાં કોઈ ફળ કેમ ન લીધાં? આમ વિચારતો-વિચારતો તેમRajવા તે રાજાના મહેલ સુધી પહોંચ્યો. રોજની જેમ, આજ પણ તેણે ફળોની ટોપલી રાજા સમક્ષ મૂકી, પણ આજે દૂર જઈને બેસી ગયો.

રાજા પોતાના વિચારોમાં ડૂબેલો હતો. તે પરેશાન લાગતો હતો. વિચારોમાં ડૂબેલા રાજા એક એક દ્રાક્ષ કાઢીને ખાતા જતાં હતાં, અને બીજી દ્રાક્ષ તોડી તોડીને સામે ફેંકતા જતાં હતાં. સામે બેઠેલા ખેડૂત પર તે દ્રાક્ષના ધા થવા લાગ્યાં.

ખેડૂત વિચારતો રહ્યો કે ભગવાન કેટલો મોટો દયાળુ છે! દરેક દ્રાક્ષ તેના પર વાગતી, છતાં તે એ જ વિચારે—"મારો ભગવાન બહુ જ દયાળુ છે."

થોડીવાર પછી રાજાને પોતાની ભૂલનું ભાન થયું. તેમને લાગ્યું કે તેઓ ખેડૂત સાથે ખરાબ વર્તન કરી રહ્યા છે.

રાજા અને ખેડૂત વચ્ચેનો સંવાદ

રાજાએ ખેડૂતને પૂછ્યું:

"હું વારંવાર દ્રાક્ષ તારા પર ફેંકીને મારું છું. તને દ્રાક્ષ વાગી રહી છે, અને છતાં તું કહે છે કે તારો ભગવાન બહુ દયાળુ છે? શા માટે?"

ખેડૂતે ભોળા ભાવથી સુંદર જવાબ આપ્યો:

"મહારાજ! બગીચામાં નાળિયેર, જમરૂખ, સફરજન બધું જ તૈયાર હતું, પણ હું માત્ર દ્રાક્ષ જ લાવ્યો. હું બીજાં ફળ પણ લાવી શક્યો હોત, પણ ભગવાનની કૃપાથી જ મને ફક્ત દ્રાક્ષ લાવવાનું સૂઝ્યું.

"હું ભગવાનનો ધન્યવાદ કરું છું, કેમ કે જો હું બીજાં કઠોળવાળાં ફળ લાવ્યો હોત, તો મારા પર ફેંકાતા તે મને કેટલું દુઃખ આપે!

"મહારાજ, ઈશ્વર ખરેખર દયાળુ છે."

સંદેશ: જીવનમાં સ્વીકાર અને ધીરજ

આ વાર્તા એ શીખવે છે કે, જીવનમાં અમુક વસ્તુઓ આપણું ઇચ્છિત પરિણામ નથી આપતી, પણ પાછળથી સમજાય છે કે એ જ આપણા માટે શ્રેષ્ઠ હતી.

ક્યારેક પરિસ્થિતિ ખરાબ લાગે, પણ જો આપણે સત્યતાપૂર્વક અને શાંતિપૂર્વક બધું સ્વીકારી શકીએ, તો સમજાશે કે જે થયું તે સારું જ થયું.

રાજેશની વાર્તા: એક દોડવીરની યાત્રા

રાજેશ, એક ઉત્સાહી દોડવીર, મેરેથોનમાં ભાગ લેતો, વર્ષો સુધી તાલીમ કરતો. જીવનમાં જીતવાનો, રેકોર્ડ બનાવવાનો અને સમાપન રેખા પાર કરવાનો તે શોખીન હતો.

પરંતુ એકદિવસ, એક ઈજાએ તેને થોભાવી દીધો.

પ્રારંભમાં, તે નિરાશ થઈ ગયો, જાણે તેનાં સપનાંઓ તેના હાથમાંથી સરકી ગયા હોય. પરંતુ ધીમે ધીમે, તેણે દોડને નવી દૃષ્ટિથી જોવાની શરુઆત કરી. દબાણ વિના, તેણે દરેક પગલાંનો આનંદ માણ્યો. તેના શ્વાસનો તાલમેલ, પગ નીચેની ધરતીનો અહેસાસ... તે સમજી ગયો કે દોડવીર બનવું માત્ર જીત-હારનું નામ નથી, પણ એ એક પ્રક્રિયા છે, એક યાત્રા છે, જ્યાં પ્રત્યેક ક્ષણના મહત્વને સમજવું અને તેનો આનંદ માણવો એ જ સાચી સફળતા છે.

જ્યારે અમુક પરિસ્થિતિઓ આપણે નિયંત્રિત કરી શકતા નથી, ત્યારે આપણે જે નિયંત્રિત કરી શકીએ, તેમાં શ્રેષ્ઠ પ્રદાન કરવાનો પ્રયત્ન કરવો જોઈએ.

પ્રસંગનો અભિપ્રાય: પ્રયત્ન અને સ્વીકાર

આ જીવન સાથેના નૃત્યમાં આપણો પ્રયત્ન આપણો સાથી બની જાય છે. એક એવો સાથી જે સતત પરીક્ષાઓ અને વિજયો – બંને દ્વારા આપણને માર્ગદર્શન આપે છે. ચોક્કસ પરિણામોથી જોડાયા વગર જ્યારે આપણે સાચા પ્રયત્નોમાં

પોતાને રોકીએ છીએ ત્યારે શીખવાની અને સ્વ-અન્વેષણ કરવાની અનંત શક્યતાઓ પોતાના દ્વાર ખોલી દે છે.

લોકો જ્યારે પોતાના સફરમાં પોતાની નાવ ચલાવે છે ત્યારે યાદ રાખવું જોઈએ કે દરેક દિવસ જીવન સાથે સંપૂર્ણપણે જોડાવાનો અવસર લઈને ઊગે છે. જે લોકો કારકિર્દીનું લક્ષ્ય હાંસલ કરવા તરફ અગ્રેસર હોય અથવા નવા રસ શોધી રહ્યા હોય તેમણે સામે જે કંઈ ખૂલતું જાય તેને પ્રેમથી સ્વીકારતા જવું જોઈએ.

નાના વિજયોને ઉજવવા જોઈએ અને અવરોધોથી સતત શીખવું જોઈએ — આ બંને મૂલ્યો વાર્તાનાં અભિન્ન અંગો છે. આપણે વિશ્વાસ રાખવો જોઈએ કે જીવન આપણને જે કંઈ આપે છે તેને શિસ્તમાં રહી સ્વીકારવાથી તથા પ્રક્રિયા પ્રત્યે પ્રતિબદ્ધતા રાખવાથી આપણી અંદર વિસ્તરતાં સહનશીલતા અને જ્ઞાનનાં ઊંડાં સ્તરોને શોધી શકાશે.

જીવન અને સ્વીકારનું સાદગીભર્યું સૌંદર્ય

"જીવન એ એક કથા છે, જે સતત વિકસતી જાય છે."

આપણે ક્યારેય વિચારી શકતા નથી કે જીવન આપણા માટે શું લાવશે. પણ જો આપણે સ્વીકારનો દૃષ્ટિકોણ અપનાવીએ, તો આપણે દરેક ક્ષણને પ્રેમથી જીવી શકીશું. એક અદ્ભૂત વાત એ છે કે આપણે જે અપેક્ષા રાખીએ, તે હંમેશા નહીં પણ કેટલીકવાર જીવન અમને એ કરતા વધુ મહાન કંઈક આપે છે. સાચી શાંતિ અને આનંદ એ છે—જે આવે તેને સ્વીકારી, જે જાય તેને શાંત ચિત્તે વિદાય આપી, જે છે તેને પ્રેમથી જીવવું.

"જીવનમાં જે મળે તેને હૃદયપૂર્વક સ્વીકારો. તમે જે નથી સમજી શકતા, તે માટે ધીરજ રાખો. તમે જે બદલાવી શકતા નથી, તેને પ્રેમથી અપનાવો. અને વિશ્વાસ રાખો કે, અંતે બધું જ સારા માટે થાય છે."

14

લેખક દ્વારા સૂચનો

જીવનને અર્થપૂર્ણ બનાવતા સુચનો

સકારાત્મકતા અને પ્રેમ

ભારતીય સંસ્કૃતિ હંમેશા હકારાત્મક દૃષ્ટિકોણ અને આશાનું પ્રકાશિત દીપક પ્રગટાવવાની પ્રેરણા આપે છે. આ પરંપરા માત્ર વ્યક્તિત્વ કે સમાજ સુધી મર્યાદિત નથી, પણ માનવજાતિની નિષ્પક્ષ સેવા અને પરોપકાર પર આધાર રાખે છે.

જ્યારે કોઈ ભેદભાવ વિના નિષ્ઠાપૂર્વક અને નિઃસ્વાર્થતાથી અન્યની સેવા કરે છે, ત્યારે એ પ્રેમ અનોખો બની જાય છે. એવો પ્રેમ કે જે માત્ર શબ્દો દ્વારા નહીં, પણ કર્તવ્ય અને કરુણાથી વ્યક્ત થાય છે. મહાન વ્યકિતઓના જીવનમાં હંમેશા સમર્પણ, નિષ્ઠા અને પરોપકાર જોવા મળે છે. તેમના માટે પ્રેમ ફક્ત લાગણી નહીં, પણ એક કાર્યપ્રવૃત્તિ છે, એક ઉદ્દાત ભાવ છે, જે સમગ્ર સમાજ માટે એક ઉદાહરણ બની રહે છે.

સંબંધો અને કુટુંબમાં સમજૂતી

કુટુંબ એ જીવનનો પાયો છે, પણ આ પાયો મજબૂત રહેવા માટે સમજણ અને પરસ્પર સહકાર જરૂરી છે. ઘણા વખત, આપણે આપણા પોતાના પરિવારના સભ્યો—પણ ખાસ કરીને આપણા બાળકોને સંપૂર્ણપણે સમજવા માટે નિષ્ફળ જઈએ છીએ. પણ જો આપણે મનથી પ્રેમાળ, હૃદયથી ઉદાર અને ભાવનાથી પરોપકારી બની જઈએ, તો સંબંધોને વધુ સુમેળભર્યા બનાવી શકીએ.

સંસારની રોચકી દોડમાં, ઘરના વાતાવરણની મીઠાસ જાળવી રાખવી એ ખૂબ જ અગત્યનું છે. ક્રોધ એ સૌથી મોટો શત્રુ છે, જે સંબંધોને નબળા બનાવે છે. ક્રોધમાં લેવાયેલા નિર્ણયો જીવનભર પસ્તાવા માટેનું કારણ બની શકે છે. આથી, ધીરજ અને શાંત મિજાજ સાથે વાતચીત કરવી, ભિન્નતાઓને પ્રેમથી સ્વીકારી સમજણપૂર્વક સંબંધોને સ્નેહથી સંચાલિત કરવું એ કુટુંબના શાંતિ અને સમૃદ્ધિ માટેનું શ્રેષ્ઠ તત્વ છે.

સંગતનો પ્રભાવ

"સંગ એવો રંગ"—આ કહેવત આપણને યાદ અપાવે છે કે આપણી આસપાસ કેવા લોકો છે, તેનાથી આપણી માનસિકતા અને સ્વભાવ ઘડાય છે.

ખરાબ સંગત વ્યક્તિના સારા સંસ્કાર અને સદગુણોને નષ્ટ કરી શકે છે. કુસંગથી મન અસ્થિર થાય છે, સમય બરબાદ થાય છે અને યોગ્ય દિશામાં વિચાર કરવાની શક્તિ નબળી પડી જાય છે. આથી, સારા મિત્રો બનાવો. એવા મિત્ર કે જે તમારી સાથે પ્રામાણિક હોય, જે તમને સાચી સલાહ આપે, જે તમારું નમ્રતાથી માર્ગદર્શન કરે અને તમારું ભવિષ્ય સુધારવામાં સહાયરૂપ બને.

અહિંસા અને આહાર

ભારતીય સંસ્કૃતિ હજારો વર્ષોથી અહિંસામાં માને છે. જીવનનું સાચું સાર્થકતા એ છે કે આપણે કોઈપણ જીવને દુઃખ પહોંચાડ્યા વિના આગળ વધીએ.

"જેવું અન્ન, એવું મન"—આ કહેવત પરમ સત્ય છે. તમે જે ખાઓ છો, તે તમારા મગજ અને હૃદયને પ્રભાવિત કરે છે. માંસાહાર 'વાઇબ્રેશન ઓફ પેઇન' લાવે છે, જેનાથી માત્ર શરીરજ નહિ, પણ માનસિક તણાવ અને નકારાત્મક ઉર્જા પણ ફેલાય છે. આથી, શુદ્ધ અને પોષક ભોજન જીવનમાં શાંતિ અને ઊર્જા લાવે છે.

સાદગી અને સેવા

જીવન સારો જીવવા માટે તે સાદું અને સરળ હોવું જોઈએ. સફળતાનો અર્થ સમૃદ્ધિ કે વૈભવમાં નથી, પરંતુ પ્રામાણિકતા, સદભાવ અને નિષ્ઠામાં છે.

જીવનમાં નાનામાં નાની વ્યક્તિને પણ મહત્ત્વ આપો, તેમને પ્રેમ અને શ્રદ્ધાથી મળો, અને જ્યાં સુધી શક્ય હોય ત્યાં સુધી અન્યની સેવા કરો.

જો કોઈ બીજાને હેરાન કરીને ખુશ થાય છે, તો તે સ્વાર્થી છે. સાચી ખુશી, સાચી તૃપ્તિ, તે જ સમયે મળે જ્યારે કોઈક બીજા માટે કશુંક સારું કરીએ.

સમય અને સંજોગોનું મહત્ત્વ

જીવનમાં મુશ્કેલીઓ એ અનિવાર્ય છે. પરંતુ જે રીતે સમય વિતતો જાય છે, તેનાથી આપણું જીવન પણ પરિવર્તન પામે છે.

જેવું સમય બદલાય છે, તેમ બધું જ સારું થઈ જાય છે. જે મળ્યું છે તેની કદર કરો અને જે નથી મળ્યું તેને વધારે મહત્ત્વ ન આપો. આજના દિનની તકલીફો આવતીકાલ માટે નવો માર્ગ ખોલી શકે છે.

સાંસારિક અને આધ્યાત્મિક જીવનનું સંતુલન

સફળ લોકો પાછળ મહેનત અને શિસ્ત હોય છે. ભલે તેઓ ટેલેન્ટ ધરાવતા હોય, પણ જો ખરાબ વલણ અપનાવે, તો તેમની કારકિર્દી ડગમગી જાય.

આથી, સાંસારિક અને આધ્યાત્મિક જીવન વચ્ચેનું સંતુલન સાધવું જરૂરી છે. માત્ર ભૌતિક સુખમાં જીવનનો સાર નથી, અને માત્ર આધ્યાત્મિક સાધનામાં પણ જીવન પૂર્ણ નથી. બન્ને વચ્ચેનો સુમેળ જ સાચા જીવનનું રહસ્ય છે.

વિશ્વાસ અને સમજણ

જો તમારા જીવનમાં કોઈ એવી વ્યક્તિ હોય, જે તમારા હાસ્ય પાછળ રહેલું દુ:ખ, ગુસ્સા પાછળ છુપાયેલો પ્રેમ અને મૌન પાછળના શબ્દોને જાણે છે, તો તેની સાથે વિશ્વાસનું બંધન બંધાઈ જાય છે.

સારા લોકો પોતાનું શ્રેષ્ઠ કાર્ય શાંત રીતે કરતા હોય છે. તેઓ જ સમાજ માટે ઉર્જાનું સ્ત્રોત છે. તેમની બુદ્ધિ અને સમજણથી દુનિયાને પરિવર્તિત કરવાની ક્ષમતા રહેલી હોય છે.

જીવનના નિયમો

- જ્યાં માન ન હોય ત્યાં ન જવું.
- સાચી વાત પર નારાજ થનારને મનાવવા નહીં.
- સાંભળે નહીં તેને વારંવાર સમજાવવા નહીં.
- દુ:ખ આવે તો ગભરાવું નહીં.
- અંધવિશ્વાસ રાખવો નહીં.
- હસવાની આદત છોડવી નહીં.
- મહેનતથી પાછળ ન હટવું.

પરિવાર માટેના મહત્વના સૂચનો

- એકબીજાની સેવા કરો.
- હંમેશા સાંભળો, સમજો અને સહકાર આપો.
- સકારાત્મક વિચારધારા અપનાવો.
- ભિન્નતાઓને સ્વીકારો અને પારસ્પરિક સન્માન જાળવજો.
- પ્રેમથી પોષણ કરો અને કટુતા ટાળો.
- નિયમિત રીતે ભેગા થવું, કુટુંબ સાથે સમય વિતાવવો અને સંબંધોને મજબૂત બનાવવું.

આ તમામ સૂચનો આપણને જીવનને વધુ સારું, વધુ સુખમય અને વધુ શાંતિભર્યું બનાવવા માટે મદદરૂપ થશે. આપણા વર્તમાન અને ભવિષ્ય બંને માટે આ સૂત્રો અમૂલ્ય બની શકે છે.

"જીવનની સાચી સમજ એ છે કે આપણે પ્રેમ અને શાંતિથી જીવવું. ધીરજ અને દયાથી આગળ વધવું. વિશ્વાસ અને કરુણાથી સંબંધો નિર્માણ કરવા. અને હંમેશા હકારાત્મકતા સાથે પોતાનું શ્રેષ્ઠ પ્રદાન કરવા."

15

પ્રેરણા – "હું જ તું: પરિવારની પરિભાષા"

હિતેશ પટેલ

ક્યારેક જીવનમાં કોઈ એક વ્યક્તિની એક મુલાકાત, એક નજર, અને એક લાગણી એવી અસર છોડે છે કે તે મનમાં ઉંડો પ્રભાવ પાડી જાય. મારી માટે, એવી એક અનન્ય અને પ્રેરણાદાયી વ્યક્તિ છે પરમેશ્વરી – એક એવું નામ કે જે માત્ર એક વ્યક્તિ નથી, પરંતુ એક ઉર્જાશીલ અભિગમ અને જીવન માટેની એક અનોખી દ્રષ્ટિ છે. એ એક નિસ્વાર્થ સેવાની ભાવના અને જીવન જીવવાની

અનોખી શૈલીનું પ્રતિક છે.

13 ઓગસ્ટ –સ્વામિનારાયણ મંદિર – એ સ્થળ જ્યાં મેં પરમેશ્વરી ને પહેલીવાર જોયા. એ એક સામાન્ય મુલાકાત નહોતી, એ એક અનન્ય ક્ષણ હતી, જે મારે માટે ઉંડો પ્રભાવ પાડી ગઈ. મંદિરમાં, જ્યાં અનેક લોકો પોતાની આસ્થા અને શ્રદ્ધા સાથે જોડાયેલા હતા, ત્યાં પરમેશ્વરી ક્યારેય કોઈ ખ્યાલ વિના, એકદમ સ્વાભાવિક રીતે, લોકોની મદદ કરી રહી હતી. કોઈ વડીલને સહારો આપી રહી હતી. આ કર્મમાં કોઈ દંભ નહોતો, કોઈ અપેક્ષા નહોતી – માત્ર એક નિસ્વાર્થતા અને શાંતી હતી.

એ મૌન સેવા અને સરળતા જ એના વ્યક્તિત્વનો સત્ય પરિચય આપી રહી હતી. આજની સ્વાર્થી દુનિયામાં, જ્યાં મોટાભાગના લોકો પોતાને પ્રાથમિકતા આપે છે, ત્યાં પરમેશ્વરી એક વિલક્ષણ ઉદાહરણ બનીને ઉભી હતી – એક એવી વ્યક્તિ જે ખરેખર બીજાની પરવા કરે છે, જે માત્ર બોલતી નથી, પરંતુ પોતાના જીવન દ્વારા દર્શાવે છે.

તે દિવસ પછી, મારી જિજ્ઞાસા વધી. આ એવી વ્યક્તિ હતી કે જેને જાણવાની તીવ્ર ઈચ્છા હતી. મેં તેના વિશે તેના પરિવારજનો પાસેથી માહિતી મેળવી અને જેમ જેમ હું એમના જીવન અને મૂલ્યો વિશે અવગત થતો ગયો, તેમ તેમ મારી અંદર એક નવો દ્રષ્ટિબિંદુ વિકસતો ગયો. પરમેશ્વરી માત્ર એક વ્યક્તિ નહીં, એક જીવનશૈલી છે – એક એવી શૈલી જે હું માત્ર સમજવા માગતો નહોતો, પણ અપનાવવા માગતો હતો.

આજની દોડધામભરી દુનિયામાં, જ્યાં સંબંધો નબળા પડતા જાય છે, જ્યાં લોકો એકબીજાથી દૂર થાય છે, ત્યાં પરમેશ્વરી એ એક જીવંત ઉદાહરણ છે કે સંબંધોને સાચવી અને નિભાવવી એ જ જીવનની સાચી સમૃદ્ધિ છે. પરમેશ્વરીની નિસ્વાર્થતા, પ્રેમ અને સહાનુભૂતિ મારી માટે ગહન પ્રેરણાસ્રોત બની. ત્યારે જ મેં એક પત્ર દ્વારા એમને વિનંતી કરી અને "હું જ તું: પરિવારની પરિભાષા" નામની આ પુસ્તકયાત્રાની શરૂઆત થઈ.

પરિવાર માત્ર સંબંધોનો સમૂહ નથી, તે લાગણીઓ અને સંબંધોની ઊડાણપૂર્વકની ગૂંથણ છે. પરમેશ્વરી એ સ્વયં એમના જીવનથી સાબિત કર્યું છે કે સાચા સંબંધો માટે એકતા, નિસ્વાર્થતા, અને પ્રેમ એ મૂળભૂત તત્વો છે.

માત્ર તેમના પરિવાર માટે નહીં, પરંતુ પોતાના વ્યવસાયમાં પણ પરમેશ્વરી એ આ મૂલ્યોને જીવંત રાખ્યા છે. તેઓ હોસ્પિટલમાં એડમિન કો-ઓર્ડીનેટર તરીકે જવાબદારીઓ સંભાળી રહ્યા છે, પણ તેમના માટે દર્દીઓ માત્ર ફાઈલના રેકોર્ડ નહીં, પણ જીવંત સંબંધો છે. દરેક દર્દી માટે તેઓ એક પરિવારની જેમ સેવામાં તત્પર રહે છે, સમયનો હિસાબ કર્યા વગર, અને માત્ર વ્યવસાયિક ફરજ

તરીકે નહીં, પણ હૃદયપૂર્વકની ભાવના સાથે.

આ પુસ્તક "હું જ તું: પરિવારની પરિભાષા" માત્ર એક લેખન કે વાર્તા નહીં, પણ એક અભિવ્યક્તિ છે – એક વિચારધારા, કે જે દરેક વ્યક્તિ માટે એક દર્શન બની શકે. આ એક પ્રશ્ન ઉભો કરે છે – શું પરિવારમાં માત્ર લોહીનો સંબંધ પૂરતો છે? કે સંબંધોને સાચવી અને જીવવી એ જ સાચી પરિવારની વ્યાખ્યા છે?

આ પુસ્તક મારું સર્જન છે, પરંતુ પરમેશ્વરી એ તેનું મૂળ પ્રેરણારૂપી ચરણસ્પર્શ છે. આ વિચારોને શબ્દોમાં ઉતારવાની તાકાત એમના વ્યક્તિત્વ અને જીવનના મૂલ્યોમાંથી મળી. મારા માટે આ માત્ર એક પુસ્તક નહીં, પરંતુ એક ભાવનાત્મક સાક્ષ્ય છે કે કેવી રીતે એક વ્યક્તિ પરિવારમાં અને સમાજમાં હકારાત્મક પરિવર્તન લાવી શકે છે.

આ પુસ્તક લખવા માટે જે ઉંડાણપૂર્વકની પ્રેરણા મળી, તે માટે હું પરમેશ્વરી નો હૃદયથી આભાર માનું છું.

16
કૃતજ્ઞ સંદેશ

કેટલાક અવસરો જીવનમાં એવા હોય છે, જે મનમાં સદાકાળ માટે વસીને રહે. આજે મારા માટે એ જ એક અદભૂત ક્ષણ છે. "હું જ તું: પરિવારની પરિભાષા" – આ માત્ર એક પુસ્તક નથી, પરંતુ એક વિચાર, એક લાગણી, એક સંબંધ અને જીવનની ગહન સમજ છે.

મારા માટે એ ગૌરવપૂર્ણ અને ભાવુક ક્ષણ છે કે હિતેશે મારી જીવનયાત્રામાંથી પ્રેરણા મેળવી અને તેને શબ્દોમાં ઉતારી, એક સુંદર સર્જનનું સ્વરૂપ આપ્યું. એક વ્યક્તિના જીવનમાંથી પ્રેરિત થઈ, એક સંપૂર્ણ પરિવારના માળખાને, લાગણીઓને અને સંબંધોની ગૂંથણને આટલી ઉંડાણપૂર્વક અને સંવેદનશીલતા સાથે રજૂ કરવું સરળ કાર્ય નથી, પરંતુ હિતેશે આ અભૂતપૂર્વ કાર્યને અનન્ય પ્રેમ અને સમજણથી સાકાર કર્યું છે.

મારી યાત્રા, મારું જીવન અને મારા વિચારોને લખીને હિતેશે જે સાકાર કર્યું છે, તે મારા માટે એક અવિસ્મરણીય ગૌરવની વાત છે. હું મારા હ્રદયની ઊંડાઈઓથી આભાર માનું છું કે કોઈએ મારા જીવનને માત્ર નિરીક્ષણની દ્રષ્ટિએ નહીં, પણ એક ઉંડા લાગણીસભર સંવેદનાથી અનુભવ્યું.

આ પુસ્તક કેવળ શબ્દોનો સંગમ નથી, તે એક સંસ્કૃતિ છે, તે એક વારસો છે – પરિવારમાં સંબંધોની મર્મસ્પર્શી વ્યાખ્યા છે. જે રીતે હિતેશે મારા વિચારોને, લાગણીઓને અને અનુભવોને પોતાના શબ્દો દ્વારા જીવન આપ્યું છે, તે મારા માટે એક અવિસ્મરણીય અનુભવ છે.

પરિવાર માત્ર રક્તસંબંધી જ નહીં, પણ એક લાગણી, એક મજબૂત આધાર, અને એક અદૃશ્ય દોરો છે, જે દરેકને એકસાથે જોડે છે. "હું જ તું" – આ શબ્દો માત્ર એક શીર્ષક નથી, પરંતુ સંબંધોની સૌથી ઉંડાણભરી અને હ્રદયસ્પર્શી પરિભાષા છે. મને ગર્વ છે કે મારા જીવનના અનુભવો અને મારા વિચારોને હિતેશે એક

સુંદર અભિવ્યક્તિ આપી, જે હવે અનેક લોકો માટે પ્રેરણાસ્રોત બની શકે છે.

આ પુસ્તક માત્ર મારા માટે નહીં, પરંતુ દરેક માટે એક અનુભૂતિ છે – એક એવો દર્પણ, જે દરેક વ્યક્તિને પોતાના પરિવારમાં, પોતાના સંબંધોમાં, અને પોતાના ભાવનાઓમાં ઝાંખી કરવાની તક આપે છે. હિતેશ, હું તમારો હૃદયથી આભાર માનું છું કે તમે આ વિચારોને આકાર આપ્યો, અને મારા જીવનના કેટલાક પાસાઓને શબ્દોમાં કંડારી, તેને એક અદ્ભૂત વારસાગત રચનામાં ફેરવી દીધું, જે આજે અનેક હૃદયોને સ્પર્શી શકે છે.

મારા પરિવારજનો, મિત્રો અને દરેક શુભચિંતકો માટે પણ હું હૃદયથી આભાર માનું છું, જેમણે મારા જીવનની યાત્રાને સમજી, સંભાળી અને પ્રેમ આપ્યો. હિતેશે આ બધાને એક પુસ્તક રૂપે રજૂ કરીને સમાજ અને વિશ્વ સમક્ષ એક સુંદર અને ઉંડાણસભર કૃતિ સર્જી છે, જેના માટે હું અનંતપણે ઋણી રહીશ.

આ પુસ્તક માત્ર એક વાર્તા નહીં, પણ એક સંવેદનશીલ અભિવ્યક્તિ છે, જે વર્ષોથી સંબંધોની ગહનતા, લાગણીઓ અને જીવનના અનુભવોને શબ્દોમાં ઉતારતી આવે છે. હિતેશ, તમારું હૃદયથી આભાર કે તમે આ યાત્રાને શબ્દોમાં પિરોઈ, એક શાશ્વત અને અનમોલ કૃતિને સાકાર કરી.

આભાર, હિતેશ!

નોંધ

"હું જ તું : પરિવારની પરિભાષા" પુસ્તક કુટુંબના વિવિધ સભ્યોની ભૂમિકાઓ અને સંબંધોને ઊંડાણપૂર્વક સમજાવે છે. આ પુસ્તકમાં દીકરી, પિતા, માતા, દીકરો, પતિ-પત્ની, દાદા-દાદી જેવા વિવિધ સંબંધોનું વર્ણન છે અને તે કેવી રીતે પરિવારમાં સંસ્કાર અને સમર્થનનાં સ્તંભ બને છે તે દર્શાવ્યું છે.

આ પુસ્તકમાં લેખક 'કુટુંબ'ને જીવનના મર્મમાં ઊતરીને તેને પ્રેમ, જવાબદારી, સાંસ્કૃતિક મૂલ્યો સાથે જોડાયેલા એક તાંતણા તરીકે રજૂ કરે છે. દીકરીને 'થાપણ' તરીકે ઓળખાવવામાં આવી છે, જે તેના જન્મના કુટુંબમાં લાડકવાઈ થઈ ઊછરે છે અને લગ્ન પછીના કુટુંબનો મહત્ત્વપૂર્ણ ભાગ બને છે. પિતા 'આધાર સ્તંભ' તરીકે દર્શાવાયા છે, જે ફક્ત આર્થિક સ્થિરતા જ નથી પ્રદાન કરતા પરંતુ ભાવનાત્મક માર્ગદર્શન અને શિસ્તના પાઠ પણ આપે છે. માતા 'મા' તરીકે કુટુંબનું હૃદય ગણાય છે. તેનો પ્રેમ અને સંભાળ દરેકને જોડે છે. દીકરો 'ભવિષ્યની દીવાદાંડી' તરીકે વર્ણવાયો છે, જે પરંપરા અને આધુનિક અપેક્ષાઓ વચ્ચે સંતુલન સાધે છે. પતિ-પત્નીનો 'પવિત્ર સંબંધ' કુટુંબમાં સુમેળ સાધવામાં મહત્ત્વપૂર્ણ ભૂમિકા ભજવે છે. દાદા-દાદી 'સંસ્કારસિંચક' તરીકે સંસ્કૃતિ અને પરંપરાનાં રક્ષક ગણાવાયાં છે.

"હું જ તું : પરિવારની પરિભાષા" માત્ર એક પુસ્તક નથી, પરંતુ એક માર્ગદર્શિકા છે, જે મનુષ્યજીવનને તેના પરિવારમાંથી મળતા પ્રેમ અને સમર્થનને ઉજાગર કરે છે.